AF658983

ലിറ്റിൽ ഗ്രീൻ

തേൻകുറിഞ്ഞിയും രാജകുമാരനും

സിപ്പി പള്ളിപ്പുറം

അധ്യാപകൻ, ബാലസാഹിത്യകാരൻ.
1943 മെയ് 18ന് എറണാകുളം ജില്ലയിലെ വൈപ്പിൻ പള്ളിപ്പുറത്തു ജനനം. 1966 മുതൽ പള്ളിപ്പുറം സെന്റ് മേരീസ് ഹൈസ്കൂളിൽ അദ്ധ്യാപകനായിരുന്നു. കഴിഞ്ഞ അഞ്ചു ദശകങ്ങളായി മലയാള ബാലസാഹിത്യരംഗത്ത് പ്രവർത്തിച്ചുവരുന്നു. ഇതിനകം 200ൽപ്പരം ബാലസാഹിത്യകൃതികൾ പ്രസിദ്ധീകരിച്ചിട്ടുണ്ട്. കേരളയുവത, ചെറുപുഷ്പം, ദിദിമൂസ് എന്നീ മാസികകളുടെ പത്രാധിപസമിതി അംഗമാണ്. സംസ്ഥാന ബാലസാഹിത്യ ഇൻസ്റ്റിറ്റ്യൂട്ട് ഗവേണിംഗ് ബോഡി അംഗമായി നാലാംതവണയും പ്രവർത്തിച്ചുവരുന്നു. സമസ്ത കേരള സാഹിത്യ പരിഷത്തിന്റെ എക്സിക്യൂട്ടീവ് അംഗം എന്ന നിലയിലും ചെറായി സഹോദരൻ അയ്യപ്പൻ സ്മാരകത്തിന്റെ വൈസ് ചെയർമാൻ എന്ന നിലയിലും പ്രവർത്തിച്ചു വരുന്നു.

പുരസ്കാരങ്ങൾ: ബാലസാഹിത്യത്തിനുള്ള ദേശീയ അവാർഡ് (1985), പ്രഥമ ഭീമ ബാലസാഹിത്യ അവാർഡ് (1988), എൻ.സി.ഇ.ആർ.ടിയുടെ ദേശീയ അവാർഡ് (1995), സഹൃദയവേദി അവാർഡ് (1988), കൈരളി ചിൽഡ്രൻസ് ബുക്ക്ട്രസ്റ്റ് അവാർഡ് (1988), കേരള സാഹിത്യ അക്കാദമി അവാർഡ്, എൻഡോവ്മെന്റ് അവാർഡ് (1990), കെ.സി.ബി.സി. അവാർഡ്, സംസ്ഥാന ബാലസാഹിത്യ ഇൻസ്റ്റിറ്റ്യൂട്ട് അവാർഡ് (1991), ഏറ്റവും നല്ല മുദ്രണത്തിനുള്ള സംസ്ഥാന അവാർഡ്, കുഞ്ഞുണ്ണി പുരസ്കാരം, കുടുംബദീപം അവാർഡ്, മേരീവിജയം അവാർഡ്, പി.സി.എം. അവാർഡ്, ടാലന്റ് അവാർഡ്, ഫൊക്കാന അവാർഡ്, സത്യവ്രതൻ സ്മാരക അവാർഡ്, 1992ൽ ഏറ്റവും നല്ല അദ്ധ്യാപകനുള്ള ദേശീയ അവാർഡ്, 2010ലെ കേന്ദ്രസാഹിത്യ അക്കാദമിയുടെ പ്രഥമ ബാലസാഹിത്യ അവാർഡ്.

ഗ്രീൻ ബുക്സ് പ്രസിദ്ധീകരിച്ച
ഗ്രന്ഥകർത്താവിന്റെ ഇതര കൃതി

ഭൂമിയിൽ സുഗന്ധം ഉണ്ടായതെങ്ങനെ?
(കുട്ടികളുടെ കഥകൾ)

ബാലസാഹിത്യം

തേൻകുറിഞ്ഞിയും രാജകുമാരനും

സിപ്പി പള്ളിപ്പുറം

Little Green

little green
an imprint of green books private limited
gb building, civil lane road, ayyanthole,
thrissur- 680 003, kerala, ph: +91 487-2381066, 2381039
website: www.greenbooksindia.com
e-mail: info@greenbooksindia.com

malayalam
thenkurinjiyum rajakumaranum
children stories
by
sippy pallippuram

published august 2022
copyright reserved

cover design : aswathy hariharan

printed in india
manipal technologies ltd

branches:
thrissur 0487-2422515
thiruvananthapuram 0471-2335301
calicut 0495 4854662

isbn : 978-93-93596-90-1

---

no part of this publication may be reproduced,
or transmitted in any form or by any means,
without prior written permission of the publisher.

₹ 130.00
LGPL/045 /2022

ആമുഖം

കുട്ടികൾ ഏറ്റവും കൂടുതൽ ഇഷ്ടപ്പെടുന്ന ഇരുപത്തിനാല് കഥകളാണ് ഈ പുസ്തകത്തിലുള്ളത്. 'പുസ്തകങ്ങൾ' എന്ന എൻ.വി. കൃഷ്ണവാര്യരുടെ കവിത തുടങ്ങുന്നത് ഇങ്ങനെയാണ്.

'പുസ്തകങ്ങളിലെന്തൊക്കെയുണ്ട്?
പുസ്തകങ്ങളിലത്ഭുതമുണ്ട്.
പുസ്തകങ്ങളിലാനന്ദമുണ്ട്
പുസ്തകങ്ങളിൽ വിജ്ഞാനമുണ്ട്'

അദ്ദേഹത്തിന്റെ കാഴ്ചപ്പാട് ശരിയാണെങ്കിൽ ഈ പുസ്തകത്തിൽ ഇതെല്ലാമുണ്ട്. ബാലമനസ്സുകളിൽ അത്ഭുതവും ആനന്ദവും വിജ്ഞാനവും വിടർത്തുന്ന ഈ കഥകൾ അവരെ രസിപ്പിക്കുകയും ചിരിപ്പിക്കുകയും ചിന്തിപ്പിക്കുകയും ചെയ്യും. അതുവഴി നന്മയിൽ വളരാനും നല്ലവരാകാനുമുള്ള വഴി അവർക്ക് തുറന്നു കിട്ടുകയും ചെയ്യും.

സിപ്പി പള്ളിപ്പുറം

കഥകൾ

തേൻകുറിഞ്ഞിയും രാജകുമാരനും

പൂക്കാരൻ മുക്കിലെ പൂക്കാരിച്ചെല്ലമ്മയ്ക്ക് മക്കളുണ്ടായിരുന്നില്ല. മക്കളില്ലാത്ത പൂക്കാരിച്ചെല്ലമ്മയ്ക്ക് പൂക്കളോട് എന്തെന്നില്ലാത്ത സ്നേഹമായിരുന്നു.

പൂക്കാരിച്ചെല്ലമ്മയുടെ വീട്ടുവളപ്പിൽ ഒരു വലിയ പൂന്തോട്ടമുണ്ടായിരുന്നു. പൂന്തോട്ടത്തിലെ പൂക്കളെയെല്ലാം അവൾ താലോലിക്കുകയും തലോടുകയും പതിവായിരുന്നു.

ഒരു ദിവസം അവളുടെ പൂന്തോട്ടത്തിൽ ഒരു വലിയ ചെങ്കദളിപ്പൂ വിരിഞ്ഞു. അവൾ സന്തോഷത്തോടെ അതിനരികിലേക്ക് ഓടിച്ചെന്നു. അപ്പോൾ കണ്ടതോ?

പൂവിനകത്ത് തള്ളവിരലിന്റെ വലുപ്പമുള്ള സുന്ദരിയായ ഒരു പെൺകുഞ്ഞ് കിടന്നുകളിക്കുന്നു. പൂക്കാരിച്ചെല്ലമ്മ ആ കുഞ്ഞിനെ വാരിയെടുത്ത് തന്റെ വീട്ടിലേക്ക് കൊണ്ടുപോയി. അവൾ കുഞ്ഞിന് 'തേൻകുറിഞ്ഞി' എന്നു പേരിട്ടു വളർത്താൻ തുടങ്ങി.

തേൻകുറിഞ്ഞിയെ താരാട്ടുപാടിയുറക്കാൻ പൂക്കാരിച്ചെല്ലമ്മ കൈതപ്പൂവിതൾ കൊണ്ട് ഒരു തൊട്ടിലുണ്ടാക്കി. അവളെ കിടത്താൻ അപ്പൂപ്പൻതാടികൊണ്ട് കിടക്കയുണ്ടാക്കി.

കുറച്ചുദിവസം കഴിഞ്ഞപ്പോൾ തേൻകുറിഞ്ഞി മുറ്റത്തുള്ള പൂന്തോട്ടത്തിൽ പിച്ചവെച്ചുകളിക്കാൻ തുടങ്ങി.

ഒരു ദിവസം തേൻകുറിഞ്ഞി പൂന്തോട്ടത്തിൽ കളിച്ചുനടക്കുന്നത് അതുവഴി വന്ന തവളരാജകുമാരൻ കണ്ടു. അവൻ തേൻകുറിഞ്ഞിയോടു പറഞ്ഞു: ''ഇത്തിരിപ്പെണ്ണേ സുന്ദരിക്കുട്ടീ, നിന്നെ ഞാൻ എന്റെ കൊട്ടാരത്തിലേക്ക് കൊണ്ടുപോവുകയാണ്. എന്തിനെന്നോ? എന്റെ മണവാട്ടിയാക്കാൻ.''

ഇതുകേട്ട് തേൻകുറിഞ്ഞിക്ക് വല്ലാത്ത പേടിതോന്നി. അവൾ വീട്ടിലേക്ക് ഓടിക്കയറാൻ നോക്കി. എങ്കിലും തവളരാജകുമാരൻ

അവളെ പിടികൂടി പൊയ്കയുടെ തീരത്തുള്ള തന്റെ കൊട്ടാരത്തി ലേക്ക് വലിച്ചിഴച്ചു കൊണ്ടുപോയി!

തവളരാജകുമാരൻ തേൻകുറിഞ്ഞിയെ എടുത്ത് ആമ്പൽപ്പൊയ്ക യുടെ നടുവിൽ വിടർന്നുനിന്നിരുന്ന ഒരു വെള്ളാമ്പൽ പൂവിനകത്ത് ഇരുത്തി.

എട്ടും പൊട്ടും തിരിയാത്ത പാവം തേൻകുറിഞ്ഞി ആമ്പൽപ്പൂ വിനകത്തിരുന്ന് തേങ്ങിക്കരയാൻ തുടങ്ങി.

തേൻകുറിഞ്ഞിയുടെ കരച്ചിൽ അതുവഴി പറന്നുപോയ മുരുകൻ വണ്ട് കേട്ടു. അവൻ വേഗം ആമ്പൽപ്പൂവിനടുത്ത് പറന്നെത്തി. എന്നിട്ട് തേൻകുറിഞ്ഞിയെ പൊക്കിയെടുത്ത് ഏഴിലംപാലയുടെ മുകളിലുള്ള അവന്റെ പുൽക്കുടിലിലേക്ക് കൊണ്ടുപോയി.

മുരുകൻവണ്ട് നല്ലവനായിരുന്നു. അവൻ തേൻകുറിഞ്ഞിക്ക് നിത്യവും വയറുനിറയെ പൂന്തേനും പൂമ്പൊടിയും കൊണ്ടുവന്ന് കൊടുക്കുമായിരുന്നു.

ഒരു ദിവസം തേൻകുറിഞ്ഞിയെ ഏഴിലംപാലച്ചുവട്ടിൽ കളി ക്കാൻ വിട്ടിട്ട് മുരുകൻവണ്ട് തേൻ അന്വേഷിച്ച് തെങ്കാശിയിലേക്കു പോയി.

ഈ സമയത്ത് അതുവഴി വന്ന ഒരു കള്ളൻ ചുണ്ടെലി അവളെ കടിച്ചുവലിച്ച് തന്റെ മാളത്തിലേക്കുകൊണ്ടുപോയി. അവൻ പറഞ്ഞു:

‘‘അരുമക്കുട്ടീ, അമ്മിണിക്കുട്ടീ, ഞാൻ ഒരു മണവാട്ടിയെ തിരക്കി ലോകം മുഴുവൻ ചുറ്റുകയായിരുന്നു. തേടിയവള്ളി കാലിൽ ചുറ്റി. നീ തന്നെ എന്റെ മണവാട്ടി.’’

ചുണ്ടെലി വേഗം തേൻകുറിഞ്ഞിയെ പിടിച്ചു വലിച്ച് വീട്ടിലേക്ക് കൊണ്ടുപോയി. അവളെ വീട്ടിനുള്ളിലിരുത്തിയിട്ട് അവൻ കല്യാണം അറിയിക്കാനായി കല്യാശ്ശേരിയിലെ ചിണ്ടൻമാമന്റെ വീട്ടിലേക്കു പുറപ്പെട്ടു.

അല്പം കഴിഞ്ഞപ്പോൾ മാളത്തിന്റെ പുറത്തൊരു കരച്ചിൽ കേട്ട് തേൻകുറിഞ്ഞി വാതിൽ തുറന്നു. അപ്പോൾ കണ്ടതോ? വെള്ളത്തിൽ വീണു ചാവാറായ ഒരു കുഞ്ഞിപ്പനങ്കിളി തണുത്തുവിറച്ച് മുറ്റത്തി രുന്ന് ഞരങ്ങുന്നു.

അവൾ കുഞ്ഞിപ്പനങ്കിളിയെ വിളിച്ച് അടുക്കളയിൽ കൊണ്ടുപോയി തീ കായിച്ചു. വയറുനിറയെ പാലും പഴവും കൊടുത്തു.

ക്ഷീണം മാറിയപ്പോൾ പനങ്കിളി പറഞ്ഞു. ‘‘കുഞ്ഞിപ്പെണ്ണേ മിടുമിടുക്കീ, നീ എന്നെ രക്ഷിച്ചല്ലോ. ഇനി ഞാൻ എവിടേക്കെങ്കിലും പറന്നുപൊയ്ക്കൊള്ളാം. നിനക്കു നന്മവരട്ടെ.’’

അപ്പോൾ തേൻകുറിഞ്ഞി പറഞ്ഞു: ‘‘എന്നെ ഒരു ചുണ്ടെലി കല്യാണം കഴിക്കാൻ പോവുകയാണ്. എനിക്കത് ഒട്ടും ഇഷ്ടമല്ല. എന്നെ നീ ഇവിടന്ന് രക്ഷിച്ച് ഏതെങ്കിലും ഒരു പൂന്തോട്ടത്തിൽ കൊണ്ടുപോയി വിടണം.’’

‘‘ഓഹോ അതിനെന്താ? നീ എന്റെ പുറത്തുകേറിക്കോളൂ,’’ കുഞ്ഞിപ്പനങ്കിളി മുതുകുതാഴ്ത്തിക്കൊടുത്തു. അവൾ സന്തോഷത്തോടെ കുഞ്ഞിപ്പനങ്കിളിയുടെ പുറത്തുകയറി അള്ളിപ്പിടിച്ചിരുന്നു.

കുഞ്ഞിപ്പനങ്കിളി തേൻകുറിഞ്ഞിയേയും കൊണ്ട് പറന്നു. നീലമലകളും പച്ചക്കുന്നുകളും പൊന്നരുവികളും കടന്ന് കുഞ്ഞിപ്പനങ്കിളി ദൂരെയുള്ള അതിമനോഹരമായ ഒരു പൂന്തോട്ടത്തിന്റെ അരികിലെത്തി.

കുഞ്ഞിപ്പനങ്കിളി അവളെ ഒരു പൂമൊട്ടിന്റെ അരികിൽ കൊണ്ടുപോയിരുത്തി. അല്പനേരം കഴിഞ്ഞപ്പോൾ ആ പൂമൊട്ട് വിരിഞ്ഞു. അതിനകത്ത് നിന്ന് തേൻകുറിഞ്ഞിയുടെ അത്രമാത്രം വലുപ്പമുള്ള ഒരു കൊച്ചുരാജകുമാരൻ പുറത്തേക്കിറങ്ങിവന്നു.

തുടുത്ത പനിനീർപ്പൂവിന്റെ നിറമുള്ള ആ രാജകുമാരന് തലയിൽ ഒരു മുത്തുകിരീടവും ഒരു ജോടി സ്വർണച്ചിറകുകളും ഉണ്ടായിരുന്നു.

തേൻകുറിഞ്ഞിക്ക് അവനെ വലിയ ഇഷ്ടമായി. അവൻ അവൾക്ക് ഒരു സ്വർണ്ണക്കിരീടവും ഒരു ജോടി ചിറകുകളും സമ്മാനമായി നൽകി. തനിക്കുവേണ്ടി ദൈവം അയച്ച ആ കൊച്ചുരാജകുമാരനെ തന്റെ മണവാളനാക്കാൻ അവൾ ആഗ്രഹിച്ചു.

തേൻകുറിഞ്ഞി സുന്ദരനായ ആ രാജകുമാരനെ മാലയിട്ട് സ്വീകരിച്ചു. പൂമ്പാറ്റകൾ ഇതുകണ്ട് നൃത്തം വെച്ചു. വണ്ടുകൾ നാദസ്വരം വായിച്ചു. പൂവനത്തിലെങ്ങും ആനന്ദം അലയടിച്ചു.

പൂക്കളിലെ തേൻ നുകർന്നും പൂമ്പൊടി വാരിത്തിന്നും പൂമ്പാറ്റകളെപ്പോലെ തേൻകുറിഞ്ഞിയും അവളുടെ കൊച്ചുമണവാളനും ഉല്ലാസത്തോടെ അവിടെ ജീവിച്ചു.

■

കുഞ്ഞിച്ചീരന്റെ മന്ത്രമോതിരം

കുഞ്ഞിച്ചീരന് കീറിപ്പറിഞ്ഞ കുപ്പായമേ ഉള്ളൂ. അവനു നല്ലൊരു പട്ടുകുപ്പായം വാങ്ങിക്കൊടുക്കണമെന്ന് അവന്റെ അമ്മയ്ക്കു വല്ലാത്ത കൊതി. പട്ടിണികിടന്നും പണിയെടുത്തും അവർ മൂന്നു പൊൻ പണമുണ്ടാക്കി. അതു കുഞ്ഞിച്ചീരന്റെ കൈയിൽ കൊടുത്തു.

കുഞ്ഞിച്ചീരൻ പൊൻപണവും കീശയിലിട്ട് പട്ടുകുപ്പായം വാങ്ങാൻ പൊന്നാപുരത്തേക്കു യാത്രയായി.

നടന്നു നടന്ന് വേട്ടക്കുളത്തെത്തിയപ്പോൾ അതാ, വേട്ടക്കാരൻ കുട്ടിത്തേവൻ ഒരു വേട്ടപ്പട്ടിയെയും കെട്ടിവലിച്ചുകൊണ്ട് അതുവഴി വരുന്നു. കുഞ്ഞിച്ചീരൻ ചോദിച്ചു.

''കുട്ടിത്തേവാ കുട്ടിത്തേവാ, നീയെന്തിനാ ഈ വേട്ടപ്പട്ടിയെ ഇങ്ങനെ കെട്ടിവലിച്ചുകൊണ്ടു പോണത്?''

ഇതു കേട്ടു കുട്ടിത്തേവൻ പറഞ്ഞു: ''എന്റെ ചങ്ങാതീ, ഇവന്റെ വീര്യവും ശൗര്യവുമൊക്കെ തീർന്നു. ഞാനിവനെ മുട്ടത്തുചന്തയിൽ വിൽക്കാൻ കൊണ്ടുപോകയാണ്.''

കുഞ്ഞിച്ചീരൻ വേഗം ഒരു പൊൻപണം കൊടുത്ത്. വേട്ടപ്പട്ടിയെ വാങ്ങി. പട്ടിയേയും കൊണ്ടു വീട്ടിലെത്തിയപ്പോൾ അമ്മയ്ക്കു സന്തോഷ മായി.

''മോനേ കുഞ്ഞിച്ചീരാ, പട്ടുകുപ്പായം കിട്ടിയില്ലെങ്കിലും നീ വേട്ട പ്പട്ടിയെ രക്ഷിച്ചല്ലോ. നന്നായി; മിടുക്കൻ.'' അമ്മ പറഞ്ഞു.

''ങാ, ഇനിയും രണ്ടു പൊൻപണമുണ്ടല്ലോ. അതുകൊണ്ടു ഞാനൊരു പഞ്ഞിക്കുപ്പായം വാങ്ങിതരാം.''

കുഞ്ഞിച്ചീരൻ അപ്പോൾത്തന്നെ പൊന്നാപുരത്തേക്കു പുറപ്പെട്ടു. നടന്നു നടന്ന് പാച്ചല്ലൂരെത്തിയപ്പോൾ അതാ, പൂച്ചക്കണ്ണൻ പാച്ചു ണ്ണ്യാര് ഒരു പൂച്ചക്കുറിഞ്ഞ്യാരെയും തൂക്കിപ്പിടിച്ച് അതുവഴി വരുന്നു. കുഞ്ഞിച്ചീരൻ ചോദിച്ചു.

''പാച്ചുണ്ണ്യാരേ, പാച്ചുണ്ണ്യരേ, നിങ്ങളെന്തിനാ ഈ പൂച്ചക്കുറിഞ്ഞ്യാരെ ഇങ്ങനെ കൊണ്ടുപോണത്?''

അപ്പോൾ പാച്ചുണ്ണ്യാരു പറഞ്ഞു:

''എന്റെ ചങ്ങാതീ, ഇവളിപ്പോ എലിയേം പുലിയേം ഒന്നും പിടിക്കുന്നില്ല. ഇവളെ പൂച്ചാക്കലങ്ങാടിയിൽ വിൽക്കാൻ കൊണ്ടുപോകയാണ്.''

കുഞ്ഞിച്ചീരൻ വേഗം ഒരു പൊൻപണം കൊടുത്ത് പൂച്ചക്കുറിഞ്ഞ്യാരെ വിലയ്ക്കുവാങ്ങി വീട്ടിലെത്തി. അപ്പോൾ അമ്മ പറഞ്ഞു:

''മോനേ കുഞ്ഞിച്ചീരാ, പഞ്ഞിക്കുപ്പായം കിട്ടിയില്ലെങ്കിലും നീ പൂച്ചക്കുറിഞ്ഞ്യാരെ രക്ഷിച്ചല്ലോ, മിടുക്കൻ.''

''ങാ, എന്റെ കൈയിൽ ഇനിയും ഒരു പൊൻപണം ബാക്കിയുണ്ടല്ലോ. അതുകൊണ്ട് ഞാനൊരു പഴഞ്ചൻക്കുപ്പായം വാങ്ങി വരാം.''

കുഞ്ഞിച്ചീരൻ അപ്പോൾത്തന്നെ പൊന്നാപുരത്തേക്കു പുറപ്പെട്ടു. നടന്നു നടന്ന് പാമ്പാക്കുടയിലെത്തിയപ്പോൾ അതാ, പാമ്പാട്ടി ചെമ്പകരാമൻ ഒരു രാജവെമ്പാലനേയും തോളിൽ തൂക്കി അതുവഴിവരുന്നു. കുഞ്ഞിച്ചീരൻ ചോദിച്ചു.

''ചെമ്പകരാമാ, ചെമ്പകരാമാ, നീയെന്തിനാ ഈ പാമ്പിനേയും തോളിൽ തൂക്കി പോണത്?''

ഇതുകേട്ടു ചെമ്പകരാമൻ പറഞ്ഞു: ''എന്റെ ചങ്ങാതീ, ഇവനിപ്പൊ പത്തിനിർത്തി ആടാനോ, വാലുംകുത്തി മറിയാനോ ഒന്നും പറ്റുന്നില്ല. ഞാനിവന്റെ തോലുരിഞ്ഞ് ചെരുപ്പകടക്കാർക്കു വിൽക്കാൻ പോകയാണ്.''

ഉടനെ കുഞ്ഞിച്ചീരൻ തന്റെ കൈയിലെ അവസാനത്തെ പൊൻപണം കൊടുത്ത്, രാജവെമ്പാലയെ വാങ്ങി. പാമ്പിനെയും കൊണ്ടു വീട്ടിലെത്തിയപ്പോൾ അമ്മയ്ക്കു സന്തോഷമായി. അമ്മ പറഞ്ഞു:

''മോനേ കുഞ്ഞിച്ചീരാ, കുപ്പായം വാങ്ങിയില്ലെങ്കിലും നീ പാമ്പമ്മാവനെ രക്ഷിച്ചല്ലോ. നന്നായി; മിടുക്കൻ.''

എങ്കിലും കുഞ്ഞിച്ചീരനു സങ്കടം വന്നു. കുപ്പായം വാങ്ങാൻ പറ്റിയില്ലല്ലോ. അവൻ തുളസിത്തറയുടെ അരികിൽപ്പോയിരുന്നു കരയാൻ തുടങ്ങി. കരഞ്ഞു കരഞ്ഞു അവനൊന്നു മയങ്ങി.

പെട്ടെന്ന് അവന്റെ കാലിൽ ആരോ തൊട്ടുവിളിച്ചു. നോക്കിയപ്പോൾ മുമ്പിലുണ്ട് ഒരു രാജവെമ്പാല നിൽക്കുന്നു.

തൊട്ടുപിന്നിൽ വാലാട്ടിക്കൊണ്ടു വേട്ടപ്പട്ടിയും പൂച്ചക്കുറിഞ്ഞ്യാരുമുണ്ട്. രാജവെമ്പാല പറഞ്ഞു:

''കുഞ്ഞിച്ചീരാ പൊന്നുംകട്ടേ, നീ കരയേണ്ട. ഉടുപ്പുവാങ്ങാനുള്ള പൊൻപണംകൊണ്ടു നീ ഞങ്ങളെ രക്ഷിച്ചു. ഇതാ ഇതെടുത്തോളൂ...''

രാജവെമ്പാല പെട്ടെന്നു വായ് തുറന്നു. മിന്നിത്തിളങ്ങുന്ന ഒരു മോതിരം താഴേക്കിട്ടു. എന്നിട്ടുപറഞ്ഞു:

''കുഞ്ഞിച്ചീരാ, ഇതൊരു മന്ത്രമോതിരമാണ്. ഇതെടുത്തു വിരലിലിട്ട് നീ അതിലൊന്നു തൊട്ടാൽ മതി: വിചാരിച്ചതൊക്കെ നടക്കും.''

കുഞ്ഞിച്ചീരൻ വേഗം മോതിരത്തിൽ തൊട്ട് തനിക്കൊരു പട്ടുകുപ്പായം വേണമെന്ന് ആഗ്രഹിച്ചു. അപ്പോൾ അവനു നല്ലൊരു പട്ടുടുപ്പു കിട്ടി. ''രണ്ടില നിറയെ ചോറും കറിയും വരട്ടെ'' എന്നു പറഞ്ഞു. പെട്ടെന്നു ചോറും കറിയും മുന്നിൽ നിരന്നു. കുഞ്ഞിച്ചീരനും അമ്മയ്ക്കും സന്തോഷമായി.

പിറ്റേന്നു രാവിലെ കുഞ്ഞിച്ചീരൻ അമ്പലക്കുളത്തിൽ കുളിക്കാനിറങ്ങി. മോതിരമൂരി കൽപ്പടവിൽ വച്ചു. അപ്പോഴാണ് ഒരു കഴുകനമ്മാവൻ പറന്നുവന്ന് മോതിരം

കൊത്തിയെടുത്തത്. കുഞ്ഞിച്ചീരൻ ഓടി വന്നപ്പോഴേക്കും മോതിരവുംകൊണ്ട് കഴുകനമ്മാവൻ തേക്കിൻകാട്ടിലേക്കു പറന്നുപോയി.

കുഞ്ഞിച്ചീരൻ ഓടിച്ചെന്ന് വേട്ടപ്പട്ടിയേയും പൂച്ചക്കുറിഞ്ഞ്യാരെയും രാജവെമ്പാലയേയം വിവരമറിയിച്ചു. അവർ അപ്പോൾ തന്നെ തേക്കിൻകാട്ടിലേക്ക് പുറപ്പെട്ടു. രാജവെമ്പാല പൂച്ചകുറിഞ്ഞ്യാരുടെ കഴുത്തിൽ ചുരുണ്ടുകിടന്നു. പൂച്ചകുറിഞ്ഞ്യാര് വേട്ടപ്പട്ടിയുടെ പുറത്ത് അള്ളിപ്പിടിച്ചിരുന്നു.

വേട്ടപ്പട്ടി ഓടിയോടി തേക്കിൻ കാടിന്റെ നടുവിലെത്തി. പൂച്ചകുറിഞ്ഞ്യാരും രാജവെമ്പാലയും മരങ്ങളായ മരങ്ങളുടെയെല്ലാം മുകളിൽക്കയറി നോക്കി.

ഒടുവിലവർ കഴുകനമ്മാവന്റെ വീടു കണ്ടെത്തി. വീട്ടിൽ കഴുകനമ്മാവനും മകൻ കഴുകനുണ്ണിയും മാത്രമേ ഉണ്ടായിരുന്നുള്ളൂ. പൂച്ചക്കുറിഞ്ഞ്യാർ കഴുകനമ്മാനോടു മന്ത്രമോതിരം തിരികെ ചോദിച്ചു. പക്ഷേ കഴുകനമ്മാവൻ അവരെ കൊത്തുകയും മാന്തുകയുമാണ് ചെയ്തത്. എന്നിട്ട് മോതിരവും കൊണ്ട് എങ്ങോട്ടോ പറന്നുപോയി.

''ങ്ഹാ ഹാ, അത്രയ്ക്കായോ?'' പൂച്ചക്കുറിഞ്ഞ്യാരും രാജവെമ്പാലയും കൂടി കഴുകനുണ്ണിയെ കടിച്ചെടുത്തു താഴേക്കു കൊണ്ടുവന്നു. എന്നിട്ട് അവനെയും കൊണ്ടു വേട്ടപ്പട്ടിയുടെ പുറത്തുകയറി കുഞ്ഞിച്ചീരന്റെ വീട്ടിലെത്തി.

കഴുകനമ്മാവൻ തിരികെ കാട്ടിലെത്തിയപ്പോഴല്ലേ രസം – കഴുകനുണ്ണിയെ കാണാനില്ല. കുഞ്ഞിനെ അന്വേഷിച്ചു കഴുകനമ്മാവൻ കുഞ്ഞിച്ചീരന്റെ വീട്ടിലെത്തി. കഴുകനുണ്ണിയുടെ കരച്ചിൽ കേട്ട് അവൻ കുഞ്ഞിച്ചീരനെയും കൂട്ടരെയും ആക്രമിച്ചു. എന്നാൽ വേട്ടപ്പട്ടിയുടെ കടിയേറ്റു കഴുകനമ്മാവന്റെ ഒരു ചിറക് ഒടിഞ്ഞുപോയി.

ഒടുവിൽ അവൻ തോൽവി സമ്മതിച്ചു. എന്നിട്ടുപറഞ്ഞു:

''ചങ്ങാതിമാരേ, ധീരന്മാരേ, എനിക്കു തെറ്റുപറ്റി. അന്യന്റെ മുതൽ തട്ടിയെടുക്കുന്നതു ശരിയല്ല. ഇതാ നിങ്ങളുടെ മന്ത്രമോതിരം പിടിച്ചോളൂ: എനിക്കെന്റെ ഉണ്ണിയെ തരൂ.''

കുഞ്ഞിച്ചീരൻ വേഗം മന്ത്രമോതിരം വാങ്ങിയിട്ട് കഴുകനുണ്ണിയെ തിരികെ കൊടുത്തു. പിന്നെ ഒരാളും അവരെ ഉപദ്രവിക്കാൻ വന്നിട്ടില്ല. കുഞ്ഞിച്ചീരനും അമ്മയും ആ ജന്തുക്കളും വലിയ സ്നേഹത്തോടെ അവിടെ കഴിഞ്ഞു.

■

തുള്ളക്കാരനും പുള്ളിപ്പുലിയും

വള്ളിക്കാവിൽ ഒരു തുള്ളക്കാരൻ പുള്ളിമാനുണ്ടായിരുന്നു. മഹാ അഹങ്കാരിയായിരുന്നു അവൻ.

ഒരുദിവസം തുള്ളക്കാരനോട് അവന്റെ അമ്മ പറഞ്ഞു: ''മോനേ തുള്ളക്കാരാ, അധികം തുള്ളാട്ടം നല്ലതല്ല. അഹങ്കാരമൊക്കെ മാറ്റി നീയൊരു നല്ല കുട്ടിയായി വളരുന്നതാണ് അമ്മയ്ക്കിഷ്ടം.'

പക്ഷേ എന്തുകാര്യം? അമ്മയുടെ ഉപദേശമൊന്നും അവൻ ചെവിക്കൊണ്ടില്ല. അവൻ പറഞ്ഞു.

''അമ്മേ, ഞാൻ അടിപൊളിയായി നടന്നാൽ അമ്മയ്ക്കല്ലേ അന്തസ്സ്.''

''നീ താന്തോന്നിയായി നടക്കുന്നത് അന്തസ്സാണെന്ന് എനിക്കു തോന്നുന്നില്ല. എളിമയാണ് മോനേ തെളിമ.'' അമ്മ ഓർമ്മപ്പെടുത്തി.

അമ്മയുടെ വാക്കുകൾ കേൾക്കാതെ തുള്ളക്കാരൻപുള്ളിമാൻ പിന്നെയും തുള്ളിത്തുള്ളി താഴ്‌വരയിലൂടെ നീങ്ങി.

കുറച്ചുദൂരം ചെന്നപ്പോൾ കുറുങ്കാലി കുഞ്ഞിപ്പന്നി അതിലേവന്നു. കുഞ്ഞിപ്പന്നിയുടെ കുറിയ കാലുകൾ തനിക്കു കിട്ടിയിരുന്നെങ്കിൽ എന്ന് തുള്ളക്കാരൻ ആശിച്ചു. അവൻ കുഞ്ഞിപ്പന്നിയോടു ചോദിച്ചു:

''കുഞ്ഞിപ്പന്നീ ചങ്ങാതീ, നിന്റെ കുറുങ്കാലുകൾ എനിക്കു തരാമോ?''

''ഓഹോ. അതിനെന്താ? എന്റെ കാലുകൊണ്ട് നിനക്കു നന്മ വരുമെങ്കിൽ, അതു നീയെടുത്തോളൂ.'' നല്ലവനായ കുഞ്ഞിപ്പന്നി അറിയിച്ചു.

തുള്ളക്കാരൻ പുള്ളിമാൻ ഉടനെ വേഗത്തിലോടാൻ കഴിവുള്ള തന്റെ നീണ്ട കാലുകൾ കൊടുത്തിട്ട് പകരം കുഞ്ഞിപ്പന്നിയുടെ കുറുങ്കാലുകൾ സ്വീകരിച്ചു.

കുറുങ്കാലും വലിച്ചുവച്ച് പയ്യെപ്പയ്യെ നടന്നുവരുന്ന പുള്ളിമാനെക്കണ്ട് എല്ലാവരും ഉറക്കെ ചിരിച്ചു. എങ്കിലും അവൻ വലിയ ഗമയിൽ മുന്നോട്ടു നീങ്ങി.

അപ്പോഴാണ് തോട്ടിപോലുള്ള കഴുത്തും നീട്ടി നിന്ന് ജിറാഫമ്മാവൻ പച്ചില തിന്നുന്നത് തുള്ളക്കാരൻ കണ്ടത്. ജിറാഫിന്റെ നീളൻ കഴുത്ത് തനിക്കു കിട്ടിയെങ്കിൽ എന്നവനാശിച്ചു.

''ജിറാഫമ്മാവാ, ജിറാഫമ്മാവാ, ഈ നീണ്ട കഴുത്ത് എനിക്കു തരാമോ?'' തുള്ളക്കാരൻ ചോദിച്ചു.

''ശരി. ഈ നീളൻ കഴുത്തുകൊണ്ട് മെച്ചം കിട്ടുമെങ്കിൽ നീയിത് എടുത്തോളൂ.''

തുള്ളക്കാരൻ വേഗം ഭംഗിയുള്ള തന്റെ കൊച്ചുകഴുത്ത് കൊടുത്തിട്ട് പകരം ജിറാഫിന്റെ കഴുത്തു സ്വന്തമാക്കി.

കുറുങ്കാലും വലിച്ചുവച്ച് നീളൻ കഴുത്തും നീട്ടി നീട്ടി തുള്ളക്കാരൻ മുന്നോട്ടുനീങ്ങി.

വഴിക്കുവെച്ച് അവൻ ഒരു ഒട്ടകത്തെ കണ്ടു. ഒട്ടകത്തിന്റെ മുതുകത്തുള്ള കൂന് തനിക്ക് കിട്ടിയെങ്കിൽ എന്നവനാശിച്ചു.

''ഒട്ടകച്ചേട്ടാ, ഒട്ടകച്ചേട്ടാ, ചേട്ടന്റെ മുതുകിലുള്ള കൂന് എനിക്ക് തരാമോ?'' അവൻ ചോദിച്ചു.

''ഓഹോ, തരാമല്ലോ. എന്റെ കൂനുകൊണ്ട് നിനക്കു ഗുണം കിട്ടുമെങ്കിൽ വേഗം എടുത്തോളൂ.''

തുള്ളക്കാരൻ തന്റെ നല്ല മുതുകുകൊടുത്തിട്ട് പകരം ഒട്ടകത്തിന്റെ കൂനുള്ള മുതുകു സ്വന്തമാക്കി.

കുറുങ്കാലും വലിച്ചുവച്ച് നീളൻ കുഴുത്തും നീട്ടിനീട്ടി നടന്നുവരുന്ന കൂനൻപുള്ളിമാനെ കണ്ട് എല്ലാവരും ചിരിക്കാൻ തുടങ്ങി.

വഴിക്കുവച്ച് അവൻ ഒരു കൊമ്പനാനയെ കണ്ടു. ആനയുടെ മുറംപോലുള്ള ചെവികൾ തനിക്കു കിട്ടിയെങ്കിൽ എന്ന് തുള്ളക്കാരൻ ആശിച്ചു.

അവൻ ആനയോടു ചോദിച്ചു.

''കൊമ്പൻചേട്ടാ, കൊമ്പൻചേട്ടാ, നിന്റെ മുറംപോലുള്ള ചെവി രണ്ടും എനിക്കു തരാമോ?''

''ശരി, എന്റെ ചെവികൊണ്ട് നിനക്ക് മെച്ചം കിട്ടുമെങ്കിൽ നീയിതെടുത്തോളൂ.'' കൊമ്പൻ അനുവദിച്ചു.

തുള്ളക്കാരൻ തന്റെ കുഞ്ഞിച്ചെവികൾ കൊടുത്തിട്ട് പകരം ആനച്ചെവികൾ ഏറ്റുവാങ്ങി.

''ഹാ!.... താൻ എത്ര ഭാഗ്യവാൻ.'' അവൻ സന്തോഷത്തോടെ ആനച്ചെവികളുമായി മെല്ലെ മുന്നോട്ടു നടന്നു.

അപ്പോഴാണ് ഒരു കുട്ടിക്കുരങ്ങൻ മരക്കൊമ്പിൽ വാലും ചുറ്റി ക്കിടന്ന് കെട്ടിമറിയുന്നതു കണ്ടത്.

കുട്ടിക്കുരങ്ങന്റെ നീളൻ വാല് തനിക്കു കിട്ടിയെങ്കിൽ എന്ന വനാശിച്ചു... അവൻ കുട്ടിക്കുരങ്ങനോടു ചോദിച്ചു:

''കുരങ്ങച്ചാ കുരങ്ങച്ചാ, നിന്റെ നീളൻ വാല് എനിക്കു തരാമോ?''

''ഓഹോ, തരാമല്ലോ... വേഗം എടുത്തോളൂ.''

തുള്ളക്കാരൻ തന്റെ കുഞ്ഞിവാലു കൊടുത്തിട്ട് കുട്ടിക്കുരങ്ങന്റെ നീളൻ വാല് കൈയിലാക്കി. അങ്ങനെ എല്ലാം തികഞ്ഞവനായി അവൻ നേരെ വീട്ടിലെത്തി.

മകന്റെ വൃത്തികെട്ട രൂപം കണ്ട് തള്ളമാൻ അമ്പരന്നുപോയി.

''അയ്യോ, എന്റെ പൊന്നുമോനേ, നിനക്കെന്തുപറ്റി?'' –അമ്മ സങ്കടത്തോടെ ചോദിച്ചു.

പക്ഷേ അമ്മയുടെ ചോദ്യം കേട്ടതായിപ്പോലും അവൻ ഭാവി ച്ചില്ല. ഇനി താനാണ് മാനുകളുടെ മഹാരാജാവെന്ന് അവൻ സ്വയം എല്ലാവരോടും പറഞ്ഞു നടന്നു.

പിറ്റേന്ന് തുള്ളക്കാരൻ കാട്ടിലെ താഴ്‌വരയിൽ പുല്ലുമേയാൻ പോയി. അനേകം മാനുകൾ അവിടെ ഇളംപുല്ലുകൾ കാർന്നുതിന്നു കൊണ്ട് നില്പുണ്ടായിരുന്നു. അവരെയെല്ലാം അവൻ പരിഹസിച്ചു. പക്ഷേ എന്തു ചെയ്യാം? മറ്റുള്ളവരെപ്പോലെ പുല്ലും തളിരിലകളും തിന്നു രസിക്കാൻ അവനു കഴിഞ്ഞില്ല. എങ്കിലും വിശപ്പുകൊണ്ട് പൊറുതിമുട്ടിയപ്പോൾ ഒരു താറാക്കുഞ്ഞിനെപ്പോലെ നീന്തിവലിഞ്ഞു നടന്ന് അവൻ പുല്ലുതിന്നാൻ തുടങ്ങി.

അപ്പോൾ ഒരു പെരുവയറൻ പുള്ളിപ്പുലി ആ വഴിക്കു വന്നു. അലറിപ്പാഞ്ഞു വരുന്ന പുള്ളിപ്പുലിയെ കണ്ട് പുല്ലുമേഞ്ഞുനിന്ന മാനുകളെല്ലാം ഓടി രക്ഷപ്പെട്ടു.

എന്നാൽ പന്നിക്കാലും വലിച്ചുവച്ച് നീളൻ കഴുത്തും നീട്ടി നീട്ടി വളഞ്ഞ വാലും പൊക്കിപ്പിടിച്ച് നടന്നു നീങ്ങിയ തുള്ളക്കാരൻ പുള്ളിമാന് മുന്നോട്ടു കുതിക്കാൻ കഴിഞ്ഞില്ല.

മിന്നൽവേഗത്തിൽ കുതിക്കാൻ കഴിവുള്ള തന്റെ ആ പഴയ കാലുകൾ ഉണ്ടായിരുന്നെങ്കിൽ തനിക്ക് രക്ഷപ്പെടാമായിരുന്നുവെന്ന് അവൻ സങ്കടത്തോടെ ഓർത്തു.

എന്തു ഫലം? പുള്ളിപ്പുലി അപ്പോഴേക്കും അവനെ പിടികൂടിക്കഴിഞ്ഞിരുന്നു.

■

മത്തങ്ങാപ്പൈതൽ

പത്തനാപുരത്ത് പണ്ടൊരു ഒരു മത്തങ്ങാ കൃഷിക്കാരൻ മുത്തുവേലു ഉണ്ടായിരുന്നു. അയാൾക്ക് മക്കളുണ്ടായിരുന്നില്ല. അതുകൊണ്ട് തോട്ടത്തിലുണ്ടാകുന്ന ഓരോ മത്തങ്ങയേയും അയാൾ മക്കളെപ്പോലെ ലാളിക്കുക പതിവായിരുന്നു.

ഇതുകണ്ട് അയാളുടെ ഭാര്യ മുത്തുമണി ചോദിച്ചു: ''എടോ മനുഷ്യാ, ഇങ്ങനെ 'മത്തങ്ങയേശരണം' എന്നു പറഞ്ഞു നടന്നാൽ മതിയോ? നമുക്ക് സ്വന്തമായൊരു കുഞ്ഞിനെ വേണ്ടേ?''

മുത്തുമണി പറയുന്നത് കാര്യമാണെന്ന് മുത്തുവേലുവിനു തോന്നി. അയാൾ മത്തങ്ങാത്തോട്ടത്തിന്റെ ദേവതയായ മത്തങ്ങാമുത്തിയോട് മനസ്സുരുകി പ്രാർത്ഥിച്ചു.

മത്തങ്ങാമുത്തി ഒരു ദിവസം മുത്തുവേലുവിന്റെ മുന്നിൽ പ്രത്യക്ഷപ്പെട്ടു. മുത്തിയുടെ കയ്യിൽ സ്വർണ്ണനിറമുള്ള ഒരു വലിയ മത്തങ്ങയും ഉണ്ടായിരുന്നു.

''വൽസാ, നിന്റെ സങ്കടം നാം മനസ്സിലാക്കിയിരിക്കുന്നു. ഇതാ, ഈ സ്വർണ്ണമത്തങ്ങ രണ്ടുകൈകൊണ്ടും സ്വീകരിക്കൂ. വീട്ടിലെത്തിയാൽ ഈ മത്തങ്ങ ഒരു മുറത്തിൽ വച്ച് നീയും ഭാര്യയും ചേർന്ന് മുറിക്കണം.'' മത്തങ്ങാമുത്തി അരുൾചെയ്തു.

മുത്തുവേലു നിറഞ്ഞ മനസ്സോടെ രണ്ടു കൈകളും നീട്ടി സ്വർണ്ണമത്തങ്ങ ഏറ്റുവാങ്ങി. മുത്തിയോട് നന്ദിപറഞ്ഞ് അയാൾ സന്തോഷത്തോടെ വീട്ടിലെത്തി.

മുത്തുമണിയെ വിളിച്ച് അരികിലിരുത്തിയിട്ട് മുത്തുവേലു ഒരു മുറത്തിൽ വച്ച് സ്വർണ്ണമത്തങ്ങ സാവധാനം മുറിച്ചു.

ഹയ്യട, മത്തങ്ങയ്ക്കുള്ളിൽ അതാ, തങ്കക്കുടം പോലൊരു പൊന്നുണ്ണി. മത്തങ്ങമുത്തി കനിഞ്ഞു നൽകിയ ഒരു നിധിയായി

കരുതി അവർ ആ ഉണ്ണിയെ സ്വീകരിച്ചു. 'മത്തങ്ങാപ്പൈതൽ' എന്നാണ് അവരവന് പേരിട്ടത്.

താഴത്തും തലയിലും വയ്ക്കാതെ മുത്തുവേലുവും മുത്തു മണിയും ചേർന്ന് മത്തങ്ങാപ്പൈതലിനെ വളർത്തി.

മത്തങ്ങയുടെ നിറവും മത്തങ്ങയുടെ മണവും മത്തങ്ങാത്തല യുമുള്ള ആ കുസൃതിക്കുരുന്നിനെ എല്ലാവർക്കും വലിയ ഇഷ്ടമാ യിരുന്നു. എങ്കിലും 'മത്തങ്ങാപ്പൈതലേ' എന്നുള്ള ആളുകളുടെ വിളിമാത്രം അവന് തീരെ ഇഷ്ടപ്പെട്ടില്ല.

അഞ്ചുവയസ്സു തികഞ്ഞപ്പോൾ മത്തങ്ങാപ്പൈതലിനെ മുത്തു വേലുവും മുത്തുമണിയും കൂടി തൊട്ടടുത്തുള്ള പള്ളിക്കൂടത്തിൽ കൊണ്ടുപോയി ചേർത്തു. അപ്പോഴല്ലേ കാര്യം പുലിവാലായത്.

പള്ളിക്കൂടത്തിലെ കുട്ടികളെല്ലാം അവനെ 'മത്തങ്ങാപ്പൈതലേ മത്തങ്ങാപ്പൈതലേ' എന്നു വിളിക്കാൻ തുടങ്ങി.

ഇതുകേട്ട ഉടൻ അവൻ ദേഷ്യപ്പെട്ട് പള്ളിക്കൂടത്തിൽ നിന്ന് ഇറങ്ങിയോടി. ആരും കാണാതെ അവൻ മത്തങ്ങാത്തോട്ടത്തിനുള്ളിൽ കടന്നിരുന്ന് കരയാൻ തുടങ്ങി. മത്തങ്ങാപ്പൈതലിന്റെ കരച്ചിൽ കേട്ട് മത്തങ്ങാമുത്തി ഉറഞ്ഞു തുള്ളിക്കൊണ്ട് അവിടെ എത്തി. മുത്തി ചോദിച്ചു:

''ങും?... ആരാണെന്റെ ഉണ്ണിയെ കരയിച്ചത്? ആരായാലും ഞാൻ വിടില്ല!''

''മുത്തിയമ്മേ, കുട്ടികളെല്ലാം എന്നെ മത്താങ്ങാപ്പൈതൽ എന്നു വിളിച്ചു കളിയാക്കുന്നു.'' അവൻ വീണ്ടും മോങ്ങാൻ തുടങ്ങി.

''ഇത്രയേ ഉള്ളോ? ഇനി ആരെങ്കിലും അങ്ങനെ വിളിച്ചാൽ നീ അവരുടെ നേരേ വിരൽ ചൂണ്ടിയിട്ട് 'ടിട്ടിട്ടേയ്' എന്ന് ഉറക്കെപറയണം. പിന്നെ ഒരിക്കലും അവർ മിണ്ടില്ല.'' മത്തങ്ങാ മുത്തി അവനെ ഉപദേശിച്ചു.

''ശരി, ഞാൻ അങ്ങനെ ചെയ്യാം.'' മത്തങ്ങാപ്പൈതൽ സമ്മതിച്ചു.

താമസിയാതെ അവൻ പള്ളിക്കൂടത്തിലേക്കു നടന്നു. അവിടെ എത്തിയപ്പോൾ വികൃതിക്കുട്ടികൾ ചുറ്റുംകൂടി 'മത്തങ്ങാപ്പൈതൽ വന്നേ...' എന്ന് ഉറക്കെ വിളിച്ചുകൂവാൻ തുടങ്ങി. ഇതുകേട്ട ഉടനെ അവൻ അവരുടെ നേരെ വിരൽ ചൂണ്ടി 'ടിട്ടിട്ടേയ്' എന്ന് ഉറക്കെ പറഞ്ഞു. അത്ഭുതം...! കുട്ടികളെല്ലാം ഛടപടായെന്ന് അവിടെവിടെ ബോധംകെട്ടുവീണു.

മത്തങ്ങാപ്പൈതലിന് വളരെ സന്തോഷമായി.

''മത്തങ്ങാപ്പൈതലേ നീയെന്തിനാ കുട്ടികളെ വീഴ്ത്തിയത്?'' മുത്തുവേലു ചോദിച്ചു. 'മത്തങ്ങാപ്പൈതലേ' എന്നുള്ള വിളികേട്ട് അവൻ മുത്തുവേലുവിന്റെ നേർക്കും വിരൽചൂണ്ടി. 'ടിട്ടിട്ടേയ്' എന്ന് വിളിച്ചുപറഞ്ഞു.

ആ നിമിഷം മുത്തുവേലു ബോധം കെട്ടുതാഴെ വീണു. ഇതിനിടയിലാണ് മുത്തുമണി 'എന്റെ മത്തങ്ങാപ്പൈതലേ, പൊന്നുമോനേ' എന്നു വിളിച്ചുകൊണ്ട് അവിടേയ്ക്ക് ഓടിയെത്തിയത്! ആ വിളികേട്ട നിമിഷം അവൻ വിരൽ ചൂണ്ടി: 'ടിട്ടിട്ടെയ്' എന്ന് ഉറക്കെ അലറി. ഉടനെ മുത്തുമണിയും ബോധമറ്റു നിലംപതിച്ചു.

അച്ഛനെയും അമ്മയെയും വിളിച്ചുണർത്താൻ മത്തങ്ങാപ്പൈതൽ കുറേ നേരം പരിശ്രമിച്ചു. പക്ഷേ അവരാരും ഉണർന്നില്ല. ഉണരുന്നില്ലെന്ന് കണ്ടപ്പോൾ അവൻ നേരെ മത്തങ്ങാത്തോട്ടത്തിനുള്ളിലേക്ക് നടന്നു. അവിടെ ഒരു വലിയ മത്തങ്ങ മൂത്തുവിളഞ്ഞ് കിടക്കുന്നുണ്ടായിരുന്നു. അതിന്റെ നടുവിൽ ഒരു ദ്വാരമുണ്ടാക്കിയിട്ട് മത്തങ്ങാപ്പൈതൽ പയ്യെപ്പയ്യെ അതിന്റെ ഉള്ളിലേക്ക് കയറിപ്പോയി. പിന്നെ ആരും മത്തങ്ങാപ്പൈതലിനെ കണ്ടിട്ടേയില്ല. ■

കുഞ്ഞൻ മുയലും പൊണ്ണൻ മുതലയും

കണ്ണാടിപ്പുഴയുടെ തീരത്ത് ഉണ്ണിപ്പെരുമാൾ എന്നൊരു ഇടയച്ചെറുക്കനുണ്ടായിരുന്നു. ഒരു ദിവസം അവൻ ആടുമേയ്ച്ചു നടക്കുമ്പോൾ പുഴയിൽനിന്ന് ദയനീയമായ ഒരു കരച്ചിൽകേട്ടു:

''അയ്യോ... രക്ഷിക്കണേ... ഞാനിപ്പോൾ ചാവുമേ; ഈ വലക്കെണിയിൽനിന്ന് എന്നെ രക്ഷിക്കണേ...''

ഉണ്ണിപ്പെരുമാൾ ചെവിയോർത്തു. ആരോ ആപത്തിൽപ്പെട്ടിരിക്കുന്നു. രക്ഷിക്കണം; രക്ഷിക്കാതെ നിവൃത്തിയില്ല.

ദയാലുവായ ഉണ്ണിപ്പെരുമാൾ കരച്ചിൽ കേട്ട സ്ഥലത്തേക്കു കുതിച്ചു. പുഴവക്കത്തെ കണ്ടൽമരങ്ങൾക്കിടയിൽനിന്നായിരുന്നു കരച്ചിൽ. സൂക്ഷിച്ചുനോക്കിയപ്പോൾ ഒരു പൊണ്ണൻ മുതലയാണ്. മീൻ പിടിത്തക്കാർ വിരിച്ച വലയിൽ കുരുങ്ങി കയ്യും കാലുമനക്കാൻ കഴിയാതെ ആ വങ്കൻ കിടക്കുകയാണ്.

ഉണ്ണിപെരുമാളിനെ കണ്ടപ്പോൾ മുതലയുടെ കരച്ചിൽ ഉച്ചത്തിലായി:

''പൊന്നുണ്ണീ, ഞാനൊരു പാവമാണ് പഞ്ചപാവം. എന്നെ രക്ഷിക്കണേ... ഹയ്യോ... ഹൊ... ഹൊ...''

മുതലേച്ചന്റെ കരച്ചിലും പിടച്ചിലും കണ്ടപ്പോൾ ഉണ്ണിപ്പെരുമാളിന് വല്ലാത്ത അലിവുതോന്നി. അവൻ വലക്കണ്ണികൾ വേർപെടുത്തി ഒരു കണക്കിന് മുതലയെ രക്ഷപ്പെടുത്തി.

പെട്ടെന്ന് ആ ഭീകരന്റെ രൂപം മാറി. അവൻ ഉണ്ണിപ്പെരുമാളിന്റെ കാലിൽ കടിച്ചു വലിക്കാൻ തുടങ്ങി.

''ഛീ ഛീ... ഇതെന്തു നീതി? ഇതെന്തു ന്യായം? ചാകാൻ പോയ

നിന്നെ രക്ഷിച്ചതിന് ഇതാണോ പ്രതിഫലം?'' ഉണ്ണിപ്പെരുമാൾ അമർഷത്തോടെ ചോദിച്ചു.

''അതെയതെ; ഇതൊക്കെയാണ് നീതിയും ന്യായവും... വേണമെങ്കിൽ നമുക്ക് രണ്ടുമൂന്നു പേരോട് ഇതേക്കുറിച്ച് അന്വേഷിക്കാം. നീ ചെയ്തത് ന്യായമെന്നു പറഞ്ഞാൽ നിന്നെ ഞാൻ വിഴുങ്ങാതെ വിട്ടയയ്ക്കാം. എന്താ പോരേ?'' മുതലേച്ചൻ ഉണ്ണിപ്പെരുമാളെ നോക്കി.

''ശരി. അതുമതി.'' ഉണ്ണിപ്പെരുമാൾ സമ്മതിച്ചു.

ഇതിനിടയിലാണ് കോച്ചേരിയിലെ പാച്ചൻ കഴുത അതുവഴി വന്നത്. അവിടെ നടന്ന സംഭവങ്ങളെല്ലാം മുതലേച്ചൻ കഴുതയെ പറഞ്ഞു മനസ്സിലാക്കി. എന്നിട്ടു ചോദിച്ചു.

''ഇപ്പോൾ എല്ലാം താങ്കൾക്കു മനസ്സിലായില്ലേ? ആരു പറയുന്നതിലാണ് നീതിയും ന്യായവും ഉള്ളത്?''

ഇതുകേട്ട് പാച്ചൻ കഴുത പറഞ്ഞു: ''എന്റെ ചങ്ങാതീ, ഈ മനുഷേന്മാരെ വിശ്വസിക്കാൻ കൊള്ളില്ല. മഹാചതിയന്മാരാണ്. എന്റെ കാര്യം തന്നെ നോക്കൂ. ഞാനെത്രകാലം എന്റെ യജമാനനുവേണ്ടി വിഴുപ്പു ചുമന്നതാണ്.''

''എന്നിട്ടിപ്പോൾ എന്തുപറ്റി?'' ഉണ്ണിപ്പെരുമാൾ ചോദിച്ചു.

''പറ്റാനെന്താ? കിഴവനായപ്പോൾ അയാളെന്നെ ആട്ടിപ്പായിച്ചു. ഇതൊക്കയാണ് മനുഷ്യരുടെ നീതിയും ന്യായോം... നീ ഇവനെ വിഴുങ്ങിക്കോ.'' പാച്ചൻ കഴുത തുറന്നടിച്ചു.

കുറച്ചു കഴിഞ്ഞപ്പോൾ കണ്ണമത്തെ കണ്ണൻ കാള അതുവഴി വന്നു.

വണ്ടിവലിച്ച് എല്ലും തോലുമായിക്കഴിഞ്ഞ കണ്ണൻ കാളയോട് മുതലേച്ചൻ ഉണ്ടായ സംഭവങ്ങളെല്ലാം വിവരിച്ചു. എന്നിട്ടു ചോദിച്ചു:

''ഇപ്പോൾ താങ്കൾക്കു മനസ്സിലായില്ലേ? ആരു പറയുന്നതിലാണ് നീതിയും ന്യായവും ഉള്ളത്?''

ഇതുകേട്ട് കണ്ണൻകാള പറഞ്ഞു: ''ഹൊ, ഈ മനുഷ്യരെപ്പോലെ നന്ദികെട്ട ജീവികൾ ലോകത്തിൽ മറ്റെന്തെങ്കിലുമുണ്ടോ? എത്ര നാളായി ഞാൻ എന്റെ യജമാനന്റെ വണ്ടിവലിക്കാരനായി കഴിയുന്നു. വണ്ടിവലിച്ച് എന്റെ മുതുകു കൂനിയപ്പോൾ അയാൾ എന്നെ വലിച്ചെറിഞ്ഞു. എനിക്കിപ്പോൾ പുല്ലുമില്ല; വെള്ളവുമില്ല. ഇതാണ് മനുഷ്യന്റെ സ്വഭാവം. ഒട്ടും മടിക്കേണ്ട, നീയവനെ സാപ്പിട്ടോളൂ.''

ഇതുകേട്ട് മുതലേച്ചന്റെ മനസ്സ് സന്തോഷത്താൽ തുടികൊട്ടി. പാവപ്പെട്ട തന്റെ കഥ തീരുകയാണെന്ന് ഉണ്ണിപ്പെരുമാളിനു മനസ്സിലായി. ഇനിവരുന്നവനും ഈ അഭിപ്രായമേ പറയൂ.

ഇങ്ങനെ ഓർത്തു നിൽക്കുന്നതിനിടയിൽ കുഞ്ഞൻ മുയൽ ചാടിച്ചാടി അതുവഴി വന്നു. മുതലേച്ചൻ ഉണ്ടായ സംഭവങ്ങളെല്ലാം വള്ളിപുള്ളിവിടാതെ കുഞ്ഞൻ മുയലിനെ പറഞ്ഞുകേൾപ്പിച്ചു. എന്നിട്ടു ചോദിച്ചു:

''ഇനി താങ്കൾ പറയൂ, ആരുപറയുന്നതിലാണ് നീതിയും ന്യായവും ഉള്ളത്?''

കുഞ്ഞൻ മുയൽ അല്പനേരം അവിടെത്തന്നെ ഇരുന്നു. മുതലയുടെ മനസ്സിലിരിപ്പ് നല്ലതല്ലെന്ന് അവൻ മനസ്സിലാക്കി. നല്ലവനായ ഉണ്ണിപ്പെരുമാളെ രക്ഷിക്കേണ്ടത് തന്റെ കടമയാണെന്ന് അവനു തോന്നി.

കുഞ്ഞൻ മുയൽ മുതലയോടു പറഞ്ഞു: ''എടോ മുതലച്ചാരേ, താൻ പറയുന്നതൊന്നും തീരെ വിശ്വാസമാവുന്നില്ല. ഇത്രയ്ക്ക് ചെറിയ ഒരു മീൻവലയ്ക്കുള്ളിൽ പൊണ്ണനായ താങ്കൾ എങ്ങനെയാണ് കുരുങ്ങുക? അതറഞ്ഞിട്ടു ബാക്കി കാര്യം?'' കുഞ്ഞൻ മുയൽ താത്പര്യത്തോടെ മുതലയെ നോക്കി.

''എന്ത്? വിശ്വാസമാവുന്നില്ലെന്നോ? ഇതാ നേരിൽ കണ്ടോളൂ.'' മുതലേച്ചൻ മെല്ലെ മെല്ലെ മീൻവലയ്ക്കുള്ളിൽ പ്രവേശിച്ചു.

''എന്തെടോ? നോക്കി നിൽക്കാതെ വലയൊന്നു കുടയ്.'' കുഞ്ഞൻ മുയൽ സ്വരം താഴ്ത്തി ഉണ്ണിപ്പെരുമാളിനോടു പറഞ്ഞു.

കരയിൽ കെട്ടിയിരുന്ന വലയുടെ ഒരറ്റം പിടിച്ച് അവൻ കുലുക്കാൻ തുടങ്ങി. കുലുക്കുന്തോറും മുതലച്ചേട്ടൻ വലയുടെ മൂട്ടിൽ ശരിക്കും കുരുങ്ങി. അനങ്ങാൻപോലും കഴിയാതെ അവൻ ജീവച്ഛവംപോലെ അതിനകത്ത് കിടന്നു.

ഈ തക്കംനോക്കി മുയൽ പറഞ്ഞു: ''എടോ, താൻ വേഗം പോയി വീട്ടുകാരെയും നാട്ടുകാരെയും വിളിച്ചുകൊണ്ടുവാ. ഇന്നു നമുക്ക് നല്ല മുതലയിറച്ചി തിന്നാം.''

ഉണ്ണിപ്പെരുമാൾ അപ്പോൾത്തന്നെ ഓടിപ്പോയി അയാളുടെ അച്ഛനമ്മമാരെയും കൂട്ടിക്കൊണ്ടുവന്നു. എല്ലാവരും ഓടിക്കൂടി പൊണ്ണൻ മുതലയെ വകവരുത്തി.

കുഞ്ഞൻ മുയൽ പറഞ്ഞു: ''എടോ ഉണ്ണിപ്പെരുമാളേ, ദുഷ്ടരെ സഹായിക്കുന്നത് നന്നായി ആലോചിച്ചിട്ടുവേണം. അല്ലെങ്കിൽ നമ്മുടെ ജീവൻ തന്നെ നഷ്ടമാകും.''

ബുദ്ധിമാനായ കുഞ്ഞൻ മുയലിന്റെ സാമർത്ഥ്യത്തെ എല്ലാവരും പുകഴ്ത്തി. ■

ഉണ്ണിഗുണ്ടൂസനും മന്ത്രച്ചിപ്പികളും

ഒരിടത്തൊരിടത്ത് ഒരു മന്ത്രവാദിനിയമ്മൂമ്മ ഉണ്ടായിരുന്നു. മന്ത്രവാദിയാണെങ്കിലും ആ അമ്മൂമ്മ വളരെ നല്ല അമ്മൂമ്മയായിരുന്നു കേട്ടോ. മനുഷ്യരോടും മൃഗങ്ങളോടും പക്ഷികളോടുമൊക്കെ വളരെ സ്നേഹത്തോടുകൂടിയാണ് അമ്മൂമ്മ പെരുമാറിയിരുന്നത്.

മന്ത്രവാദിനിയമ്മൂമ്മയ്ക്ക് ഒരു വളർത്തുമകൻ ഉണ്ടായിരുന്നു. ഉണ്ണിഗുണ്ടൂസൻ എന്നായിരുന്നു അവന്റെ പേര്. അമ്മൂമ്മ പറയുന്നതൊന്നും അവൻ അനുസരിക്കില്ല. വികൃതിയെന്നു പറഞ്ഞാൽ മഹാവികൃതി.

ഒരുദിവസം അമ്മൂമ്മ ഉണ്ണിഗുണ്ടൂസനെ തന്റെ അരികിലേക്കു വിളിച്ചു. എന്നിട്ടു പറഞ്ഞു: ''ഉണ്ണിഗുണ്ടൂസാ, പൊന്മകനേ, അമ്മൂമ്മ മരിക്കാറായി. ഞാൻ മരിച്ചാലും നീ സുഖമായി കഴിയണം.''

ഈ ഉപദേശം ഉണ്ണിഗുണ്ടൂസന് ഒട്ടും ഇഷ്ടമായിരുന്നില്ല. അവൻ പറഞ്ഞു: ''ഹോ, സുഖമായി ജീവിക്കാൻ അമ്മൂമ്മയുടെ ഉപദേശമൊന്നും വേണ്ട. അതൊക്കെ എനിക്കു നന്നായി അറിയാം.''

അതുകേട്ടപ്പോൾ അമ്മൂമ്മയ്ക്ക് സങ്കടമായി. എങ്കിലും അമ്മൂമ്മ ഒന്നും പറഞ്ഞില്ല. പകരം മന്ത്രവാദിനിയമ്മൂമ്മ തന്റെ മുടിക്കെട്ടിനുള്ളിൽനിന്ന് മൂന്ന് ചിപ്പികൾ കൈയിലെടുത്തു. അത് ഉണ്ണിഗുണ്ടൂസന്റെ കൈയിൽ കൊടുത്തിട്ട് അമ്മൂമ്മ പറഞ്ഞു:

''എന്നുണ്ണീ പൊന്നുണ്ണീ, ഇത് എന്റെ മുത്തച്ഛൻ പണ്ട് എനിക്ക് സമ്മാനിച്ച മൂന്ന് മുത്തുച്ചിപ്പികളാണ്. ഇതിന് മാന്ത്രികശക്തിയുണ്ട്. ഇതു ഞാൻ നിനക്കു തരാം.''

ഇതുകേട്ടപ്പോൾ ഉണ്ണിഗുണ്ടൂസന് സന്തോഷമായി. അപ്പോൾ മന്ത്രവാദിനിയമ്മൂമ്മ തുടർന്നു: ''ഉണ്ണിഗുണ്ടൂസാ, ഈ മന്ത്രച്ചിപ്പികൾ തോന്നിയപോലെ ഉപയോഗിക്കാനുള്ളതല്ല. ഓരോന്നും ഓരോ

തവണയേ ഉപയോഗിക്കാൻ പറ്റൂ. അത്യാവശ്യം വരുമ്പോൾ ഒരു ചിപ്പിയെടുത്ത് വലതുകൈക്കുള്ളിൽ അടച്ചുപിടിക്കണം. എന്നിട്ട് എന്തു വിചാരിക്കുന്നുവോ അക്കാര്യം കൃത്യമായി നടക്കും.''

''ങ്ഹാ, അതൊക്കെ ഞാനെന്റെ ഇഷ്ടംപോലെ ചെയ്തോളാം.'' ഇങ്ങനെ പറഞ്ഞിട്ട് ഉണ്ണിഗുണ്ടൂസൻ മന്ത്രച്ചിപ്പികൾ വാങ്ങി തന്റെ മടിശ്ശീലയിൽ സൂക്ഷിച്ചുവച്ചു.

കുറച്ചുദിവസം കഴിഞ്ഞപ്പോൾ മന്ത്രവാദിനിയമ്മൂമ്മ മരിച്ചു. ഉണ്ണി ഗുണ്ടൂസന് വലിയ സന്തോഷം തോന്നി. ഇനി എല്ലാ കാര്യവും തന്റെ ഇഷ്ടംപോലെ ചെയ്യാമല്ലോ.

പിറ്റേന്നുതന്നെ ഉണ്ണിഗുണ്ടൂസൻ മന്ത്രച്ചിപ്പികളുമെടുത്ത് എങ്ങോ ട്ടെന്നില്ലാതെ യാത്രയായി. മന്ത്രച്ചിപ്പികളുടെ മാന്ത്രികശക്തി ഒരു പരീക്ഷിക്കാൻ തന്നെ അവൻ തീരുമാനിച്ചു.

നടന്നുനടന്ന് ഉണ്ണിഗുണ്ടൂസൻ പട്ടിക്കാട്ടുമലയിലെത്തി. അപ്പോഴതാ ഒരു വലിയ പാണ്ടൻ പട്ടി ഓടിവരുന്നു. ഇവനെ ഒരു പൂച്ചയാക്കി മാറ്റാം. അവൻ വിചാരിച്ചു.

മൂന്നുചിപ്പികളിൽ ഒന്നെടുത്ത് ഉണ്ണിഗുണ്ടൂസൻ വലതുകൈയ്ക്കുള്ളിൽ അടച്ചുപിടിച്ചു. എന്നിട്ടു പറഞ്ഞു:

'ഓം, ഹ്രീം, പാണ്ടൻപട്ടീ,
ഓടിവരുന്നൊരു തെണ്ടിപ്പട്ടീ,
പൂച്ചച്ചാരായ് മാറുക നീ.'

പറഞ്ഞുതീർന്നില്ല, അതിനുമുമ്പേ പാണ്ടൻപട്ടി ഒരു കരിമ്പൂച്ചയായി മാറി! 'മ്യാവൂ മ്യാവൂ' എന്നു കരഞ്ഞുകൊണ്ട് അത് എവിടേക്കോ ഓടിപ്പോയി. മന്ത്രം ഫലിച്ചതുകൊണ്ട് ഉണ്ണിഗുണ്ടൂസൻ തുള്ളിച്ചാടി.

ഉണ്ണിഗുണ്ടൂസൻ പിന്നേയും നടന്നു നടന്ന് കോടശ്ശേരി മലയുടെ ചരിവിലെത്തി. അപ്പോൾ അവിടെ ഒരാട്ടിടയൻ കുറേ ആടുകളെ മേയ്ക്കുന്നുണ്ടായിരുന്നു. ഉണ്ണിഗുണ്ടൂസൻ ഉടനെ മടിശ്ശീല തുറന്ന് രണ്ടാമത്തെ മുത്തുച്ചിപ്പിയെടുത്ത് വലുതകൈയിൽ പിടിച്ചു. എന്നിട്ടു പറഞ്ഞു:

'ഓം, ഹ്രീം, ആട്ടിൻതള്ളേ,
ഓടിനടക്കും കൊമ്പിത്തള്ളേ,
കൂറ്റൻ ചെന്നായാവുക നീ.'

പെട്ടെന്ന് അക്കൂട്ടത്തിലുണ്ടായിരുന്ന തള്ളയാട് ഒരു കൂറ്റൻ ചെന്നായയായി മാറി.

എന്നിട്ടോ? ആട്ടിൻകൂട്ടത്തെ മുഴുവൻ അത് കൊന്നൊടുക്കി.

പാവം ആട്ടിടയൻ! ഉറക്കെ നിലവിളിച്ചുകൊണ്ട് അവൻ അവിടെ നിന്ന് ഓടിക്കളഞ്ഞു. ഇടയന്റെ പാച്ചിൽ കണ്ട് ഉണ്ണിഗുണ്ടൂസൻ കൈകൊട്ടിച്ചിരിച്ചു.

കുറച്ചുദൂരം നടന്ന് ഉണ്ണിഗുണ്ടൂസൻ പന്നിയങ്കരയിലെത്തി. അപ്പോൾ ഒരു പന്നി ചേറിലും ചളിയിലും കിടന്ന് ഉരുളുന്നതു കണ്ടു. അവൻ വേഗം തന്റെ കൈയിലുള്ള മൂന്നാമത്തെ മന്ത്രച്ചിപ്പി കൈയിലെടുത്ത് ഇങ്ങനെ പറഞ്ഞു:

''ഓം, ഹ്രീം, പന്നിക്കുട്ടാ,
ചെളിയിൽ ഉരുളും പന്നിക്കുട്ടാ
കടുവച്ചാരായ് മാറുക നീ!''

അത്ഭുതം! പന്നി പെട്ടെന്ന് ഒരു കടുവയായി മാറി. വായും പിളർന്നു കൊണ്ട് അത് അവനെ വിഴുങ്ങാനായി പാഞ്ഞുവന്നു.

''ഹി! ഹി! മന്ത്രംചൊല്ലി ഒരു സിംഹത്തെ വരുത്തി കടുവയെ ഓടിക്കാം,'' ഉണ്ണിഗുണ്ടൂസൻ വിചാരിച്ചു. അപ്പോഴാണ് തന്റെ മൂന്ന് മന്ത്രച്ചിപ്പികളും ഉപയോഗിച്ചു കഴിഞ്ഞ കാര്യം അവൻ ഓർമ്മിച്ചത്.

വാവിട്ട് കരഞ്ഞുകൊണ്ട് ഉണ്ണിഗുണ്ടൂസൻ വീട്ടിലേക്ക് ഓടാൻ തുടങ്ങി. അതിനിടയിൽ അവന് കടുവയിൽനിന്ന് ഒന്നുരണ്ടു ഉഗ്രൻ മാന്തും കിട്ടി. ഏതായാലും അവൻ എങ്ങനെയോ കടുവയിൽ നിന്ന് രക്ഷപ്പെട്ട് വീട്ടിലെത്തി.

അമ്മൂമ്മയെ അനുസരിക്കാതിരുന്നത് ആപത്തായെന്ന് ബോധ്യമായ ഉണ്ണിഗുണ്ടൂസൻ, പിന്നീട് നല്ല കുട്ടിയായി ജീവിച്ചു.

■

നാലു ചെവിയുള്ള പൊന്നുതിരുമേനി

കുന്ത്രാണ്ടിപുരം എന്നൊരു രാജ്യം. അവിടത്തെ മഹാരാജാവ് കുന്ത്രാണ്ടി വർമ്മൻ. വെറുതെ കുന്ത്രാണ്ടിവർമ്മൻ എന്നുപറഞ്ഞാൽ പറ്റില്ല. മുഴുവൻ പേര് വീരവീരശ്രീ വികടകേസരി കുന്ത്രാണ്ടിവർമ്മൻ!

അദ്ദേഹത്തിന് വലിയൊരു പ്രത്യേകതയുണ്ടായിരുന്നു. എന്തെന്നോ? സാധാരണ മനുഷ്യരെപ്പോലെ രണ്ടു ചെവിയല്ല, നാല് ഉഗ്രൻ ചെവികളുണ്ടായിരുന്നു. ഇക്കാര്യം മറ്റാരും അറിയാതിരിക്കാനായി അദ്ദേഹം വലിയൊരു തലപ്പാവു ധരിച്ചുകൊണ്ടാണ് പുറത്തിറങ്ങിയിരുന്നത്.

കുന്ത്രാണ്ടിവർമ്മൻ ഒരിക്കൽ തന്റെ മന്ത്രിയായ കൗശലവർമ്മനെയും കൂട്ടി കാട്ടിൽ നായാട്ടിനുപോയി. കുതിരപ്പുറത്തു സഞ്ചരിക്കുമ്പോൾ അബദ്ധവശാൽ മഹാരാജാവിന്റെ തലപ്പാവ് ഒരു മരക്കൊമ്പിലുടക്കി താഴെ വീണു!

കഷ്ടം. മഹാരാജാവ് നാലുചെവിയുണ്ടെന്നുള്ള രഹസ്യം മന്ത്രിക്കു മനസ്സിലായി. ഇക്കാര്യം മന്ത്രി അറിഞ്ഞല്ലോ എന്നോർത്ത് മഹാരാജാവിന് വല്ലാത്ത വെപ്രാളമായി. അദ്ദേഹം മന്ത്രിയെ അരികിൽ വിളിച്ച് ഇങ്ങനെ മുന്നറിയിപ്പു നൽകി:

''ഏയ് മന്ത്രി സത്തമാ, നമുക്ക് നാലുചെവിയുണ്ടെന്ന കാര്യം ഇപ്പോൾ തനിക്കുമാത്രമേ അറിയൂ. ഇത് വളരെ രഹസ്യമായി സൂക്ഷിക്കണം. അഥവാ വല്ലവരോടും ഇക്കാര്യം മിണ്ടിയാൽ തന്റെ കുടുംബം നാം കുളംതോണ്ടിക്കും; ഓർമ്മയിരിക്കട്ടെ!''

മന്ത്രി കൗശലവർമ്മൻ ഇതുകേട്ട് വല്ലാതെ വിഷമിച്ചു. എങ്കിലും ഈ രഹസ്യം അയാളുടെ മനസ്സിൽ ഒതുങ്ങാതായി. ആരോടെങ്കിലും ഇതൊന്നു പറയാതെ പറ്റില്ല. പക്ഷേ മനുഷ്യരോടു പറഞ്ഞാൽ മഹാകുഴപ്പമാകും. അവർ വിവരം മഹാരാജാവിനെ അറിയിക്കും. പിന്നെ തന്റെ ഗതി കണ്ടവരുണ്ടാകില്ല.

ഇത്ര കുഴപ്പമാണെന്നറിഞ്ഞിട്ടും മന്ത്രി കൗശലവർമ്മന് ഇരിക്കപ്പൊറുതിയില്ലാതായി. ആരോടെങ്കിലും ഇതൊന്നു പറഞ്ഞേ പറ്റൂ. അയാൾ മനസ്സിലുറപ്പിച്ചു.

ഒടുവിൽ മന്ത്രി ഒരു മൈതാനത്തിന്റെ നടുവിലുള്ള കിണറ്റിന്റെ വക്കിലെത്തി. അയാൾ ഈ രഹസ്യം കിണറിനോടു പറഞ്ഞു: ''നമ്മുടെ പൊന്നുതിരുമേനിക്ക് നാലു ചെവികളുണ്ട്. ഇതു സത്യം, സത്യം, സത്യം.''

ഇതുപറഞ്ഞു കഴിഞ്ഞപ്പോൾ മന്ത്രിക്ക് ആശ്വാസമായി. തൽക്കാലം കുഴപ്പമൊന്നുമുണ്ടായില്ല.

എന്നാൽ കുറച്ചുനാൾ കഴിഞ്ഞപ്പോൾ ആ കിണറ്റിനകത്ത് ഒരു മരം മുളച്ചുപൊങ്ങി. മരം വളർന്നു പന്തലിച്ചപ്പോൾ നാട്ടിലെ പ്രധാന ശിൽപിയായ കുഞ്ഞാണ്ടിത്തച്ചൻ അതുമുറിച്ച്, അതിന്റെ തടികൊണ്ട് മനോഹരമായ ഒരു വീണയും തംബുരുവും തബലയും ഉണ്ടാക്കി.

ഭംഗികണ്ട് കൊട്ടാരം ഭാഗവതർ വലിയ വില കൊടുത്ത് ആ സംഗീതോപകരണങ്ങൾ വാങ്ങി. അയാൾ അവ പിറ്റേന്നു രാവിലെ കൊട്ടാരത്തിലേക്ക് കൊണ്ടുപോയി. രാജസദസ്സിൽ ചെന്നിരുന്ന് അയാൾ വീണമീട്ടാൻ തുടങ്ങി. അപ്പോൾ വീണയിൽ നിന്ന് രാജാവിനെ നിന്ദിക്കുന്ന പാട്ട് ഉയർന്നുകേട്ടു:

'നാടുഭരിക്കും നമ്മുടെ രാജന്
ചെവികൾ നാലുണ്ടയ്യയ്യാ...
കൂമ്പൻ ചെവികൾ കണ്ടാലാരും
ഞെട്ടിപ്പോയിടുമയ്യയ്യാ...'

ഇതുകേട്ട് കുന്ത്രാണ്ടിവർമ്മൻ കോപിച്ചു. രാജസമ്മാനങ്ങൾ നൽകുന്നതിനു പകരം ഭാഗവതരെ ഉടൻ ജയിലിലിടക്കാൻ കൽപനയായി. തന്റെ ചെവിയുടെ രഹസ്യം പുറത്താക്കിയ മന്ത്രി കൗശലവർമ്മനെ ഒട്ടും വൈകാതെ തൂക്കിലേറ്റാനും അദ്ദേഹം ഉത്തരവിട്ടു.

കഴുമരച്ചുവട്ടിൽ നിൽക്കുമ്പോൾ കൗശലവർമ്മൻ ദുഃഖത്തോടെ തന്നെത്താൽ പറഞ്ഞു:

''കഷ്ടം! ഇക്കാലത്ത് ഒന്നിനെയും വിശ്വസിക്കാൻ പറ്റില്ല. കിണറിനുപോലും കാതുള്ള കാലമാണിത്!''

■

നമ്പൂര്യച്ചനും കുട്ടിരാക്ഷസന്മാരും

പണ്ടൊരിടത്ത് ഉണ്ണായി എന്നുപേരുള്ള ഒരു നമ്പൂര്യച്ചനുണ്ടായിരുന്നു. ദാനധർമ്മങ്ങൾ ചെയ്തും ഊട്ടുസദ്യ നടത്തിയും നമ്പൂര്യച്ചന്റെ ഇല്ലം മുടിഞ്ഞു.

ഉണ്ണായി നമ്പൂതിരിക്ക് ആണും പെണ്ണുമായി പതിനഞ്ച് മക്കളുണ്ടായിരുന്നു. ഉണ്ണികൾക്ക് ആഹാരം കൊടുക്കാൻ കഴിയാതെ നമ്പൂര്യച്ചൻ വല്ലാതെ വിഷമിച്ചു.

ഒരു ദിവസം ഉണ്ണായിനമ്പൂതിരിക്ക് ഓമല്ലൂർക്കാവിൽ നിന്ന് മൂന്ന് പൂവൻപഴം കിട്ടി. അതുംകൊണ്ട് ഇല്ലത്തെത്തിയപ്പോൾ പതിനഞ്ച് മക്കളും കൂടി അടിപിടി ബഹളം!

ഇതുകേട്ട് സഹികെട്ടപ്പോൾ ഉണ്ണായി നമ്പൂതിരി പൂവൻപഴവും മടിയിൽ വെച്ചുകൊണ്ട് വീടും നാടുംവിട്ട് കാട്ടിലൂടെ ഒറ്റഓട്ടം!

ഓടിയോടി ഉണ്ണായി നമ്പൂതിരി കൊട്ടിയൂരുള്ള ഒരു പൊട്ടക്കിണറ്റിന്റെ അരികിലെത്തി. കിണറ്റുവക്കത്തിരുന്ന് നമ്പൂര്യച്ചൻ തന്റെ മടിയിലുള്ള മൂന്ന് പൂവൻ പഴവും കൈയിലെടുത്തു. എന്നിട്ട് ഫലിതരൂപത്തിൽ പറഞ്ഞു:

''ഹൊ, എന്തൊരു വിശപ്പ്! വല്യതൊരെണ്ണം ഇപ്പോ വിഴുങ്ങാം. രണ്ടാമത്തവനെ നാളെ വിഴുങ്ങാം. മൂന്നാമത്തവനെ മറ്റന്നാളും സാപ്പിടാം. പിന്നത്തെ കാര്യം പിന്നെ.'' നമ്പൂര്യച്ചൻ ഒരു പൂവൻപഴം തോലുരിച്ച് തിന്നാൻ തുടങ്ങി.

ഉണ്ണായി നമ്പൂതിരിയുടെ സംസാരം കേട്ടുകൊണ്ട് മൂന്ന് കുട്ടിരാക്ഷസന്മാർ ആ പൊട്ടക്കിണറ്റിനകത്ത് മറഞ്ഞിരിക്കുന്നുണ്ടായിരുന്നു. കണ്ടൻ, കിണ്ടൻ, കിണ്ടാണ്ടൻ എന്നായിരുന്നു അവരുടെ പേര്.

തങ്ങളെ മൂന്നുപേരെയും വിഴുങ്ങുന്ന കാര്യമാണ് നമ്പൂര്യച്ചൻ പറയുന്നതെന്നാണ് കുട്ടിരാക്ഷസന്മാർ വിചാരിച്ചത്. പേടികൊണ്ട് അവരുടെ കാൽമുട്ടുകൾ തുടികൊട്ടാൻ തുടങ്ങി.

കണ്ടനും കിണ്ടനും ഉറക്കെ കരഞ്ഞുകൊണ്ട് അപ്പോൾതന്നെ അവിടെ നിന്നും ഓടിമറഞ്ഞു. എന്നാൽ കാലിന്റെ വിറയൽ മൂലം കിണ്ടാണ്ടന് അവിടെ നിന്നും ഓടിപ്പോകാൻ കഴിഞ്ഞില്ല. കിണ്ടാണ്ടൻ പേടിച്ചുവിറച്ച് ഉണ്ണായിനമ്പൂതിരിയുടെ കാൽക്കൽ കെട്ടി വീണു, എന്നിട്ടു പറഞ്ഞു.

‘‘നമ്പൂര്യച്ചാ, ദയവുചെയ്ത് അങ്ങ് എന്നെ വിഴുങ്ങരുത്. വിശപ്പ് മാറ്റാൻ ഞാനൊരു ചട്ടിയും ചട്ടുകവും തരാം.’’

‘‘അതെന്തിനാ? ചട്ടിയും ചട്ടുകവും തിന്നാൽ എന്റെ വിശപ്പ് മാറുമോ?’’ ഉണ്ണായി നമ്പൂതിരി അന്വേഷിച്ചു.

‘‘അല്ലല്ല. ചട്ടിയോട് ‘ചട്ടീ ചട്ടീ ചട്ടിയിലിപ്പോൾ ചോറും കറിയും നിറയട്ടെ’ എന്നുപറഞ്ഞാൽ ചട്ടിയിൽ ചോറും കറിയും നിറയും. ചട്ടുകത്തോട് ‘ഇട്ടോളൂ നീ ചോറും കറിയും വെക്കം വെക്കം ചട്ടുകമേ’ എന്നുപറഞ്ഞാൽ ഉടനെ ചട്ടുകം ചോറും കറിയും വിളമ്പിവെക്കും.’’ കിണ്ടാണ്ടൻ രാക്ഷസൻ അറിയിച്ചു.

‘‘എങ്കിൽ നിന്നെ ഞാൻ വിഴുങ്ങുന്നില്ല. ചട്ടിയും ചട്ടുകവും ഇങ്ങു തന്നേക്കൂ.’’ ഉണ്ണായി നമ്പൂതിരി തന്ത്രപൂർവ്വം കൈനീട്ടി.

ചട്ടിയും ചട്ടുകവും കൊണ്ടുപോയി അയാൾ തൊട്ടടുത്ത കുടിലിന്റെ മുറ്റത്തിരുന്ന് വട്ടിയും കൊട്ടയും നെയ്യുന്ന കുശുമ്പിപ്പാറുവിനെ സൂക്ഷിക്കാൻ ഏൽപ്പിച്ചു; എന്നിട്ട് പിന്നെയും യാത്രയായി.

ഉണ്ണായി നമ്പൂതിരി നടന്നു നടന്ന് കണ്ണാരംകാട്ടിലെ വലിയ ആഞ്ഞിലിമരത്തിന്റെ അരികിലെത്തി. മരത്തിൽ ചാരിയിരുന്നിട്ട് അയാൾ തന്റെ മടിയിൽ വെച്ചിരുന്ന പൂവൻപഴം രണ്ടും കൈയിലെടുത്തു. എന്നിട്ട് തന്നെത്താൻ പറഞ്ഞു:

‘‘ഹൊ, എന്തൊരു വിശപ്പ്. ഈ ചെറിയവനെ ഇന്ന് വിഴുങ്ങാം. മറ്റവനെ നാളെയും തട്ടാം. പിന്നത്തെ കാര്യം പിന്നെ.’’ നമ്പൂര്യച്ചൻ ആർത്തിയോടെ പൂവൻപഴം തിന്നാൻ തുടങ്ങി.

ഉണ്ണായി നമ്പൂതിരിയുടെ സംസാരം കേട്ടുകൊണ്ട് പൊട്ടക്കിണറ്റിൽ നിന്നും ഒളിച്ചോടിയ കണ്ടനും കിണ്ടനും ആഞ്ഞിലിപ്പൊത്തിനകത്ത് മറഞ്ഞിരിക്കുന്നുണ്ടായിരുന്നു. തങ്ങളെ രണ്ടുപേരെയും വിഴുങ്ങാൻ നമ്പൂര്യച്ചൻ പിന്നാലെ വന്നിരിക്കുകയാണെന്ന് അവർ വിചാരിച്ചു. പേടികൊണ്ട് അവരുടെ നെഞ്ചിൽ പെരുമ്പറ മുഴങ്ങി.

കിണ്ടൻ ഉറക്കെ കരഞ്ഞുകൊണ്ട് അപ്പോൾ തന്നെ അവിടെ നിന്ന് ഒളിച്ചോടി. എന്നാൽ കണ്ണും തലയും ചുറ്റിയതുകൊണ്ട് കണ്ടന് അവിടെനിന്നും ഓടിപ്പോകാൻ കഴിഞ്ഞില്ല.

കണ്ടൻ പേടിച്ചുപേടിച്ച് ഉണ്ണായിനമ്പൂരിയുടെ കാൽക്കൽ കെട്ടി വീണു; എന്നിട്ടു പറഞ്ഞു.

''നമ്പൂര്യച്ചാ, എന്നെ വിഴുങ്ങരുത്. ഇഷ്ടംപോലെ പണമുണ്ടാക്കാൻ പറ്റിയ ഒരു മോതിരക്കിളിയെ ഞാൻ അങ്ങേയ്ക്ക് തരാം.''

''അതെന്തിനാ? മോതിരക്കിളിയെ സൂപ്പുവെച്ച് കുടിച്ചാൽ എനിക്കു പണമുണ്ടാവുമോ?'' ഉണ്ണായി നമ്പൂതിരി കണ്ണുരുട്ടി കാണിച്ചു.

''അല്ലല്ല; മോതിരിക്കിളിയോട് 'കിളിയേ കിളിയേ തത്തിയണഞ്ഞൊരു പൊൻമോതിരവും കൊത്തി വരൂ' എന്നു പറഞ്ഞാൽ അതുപോയി ഒരു പൊൻമോതിരവും കൊത്തിക്കൊണ്ടു വരും! മോതിരം വിറ്റാൽ ധാരാളം പണം കിട്ടും.'' കണ്ടൻ രാക്ഷസൻ അറിയിച്ചു.

''എങ്കിൽ നിന്നെ ഞാൻ വിഴുങ്ങുന്നില്ല. മോതിരിക്കിളിയെ ഇങ്ങു തന്നേക്കൂ.'' ഉണ്ണായി നമ്പൂതിരി തന്ത്രപൂർവ്വം കൈനീട്ടി.

മോതിരക്കിളിയെ ഉണ്ണായിനമ്പൂതിരിക്ക് കൊടുത്തിട്ട് കണ്ടൻ രാക്ഷസൻ തിരിഞ്ഞുനോക്കാതെ ഓടി. നമ്പൂര്യച്ചൻ മോതിര

ക്കിളിയുടെ കാലിൽ ഒരു ചരടുകെട്ടി കൊണ്ടുപോയി കുശുമ്പിപ്പാറുവിന്റെ വീട്ടിൽ തന്നെ സൂക്ഷിക്കാനേൽപിച്ചു. എന്നിട്ട് പിന്നെയും യാത്രയായി.

നടന്നുനടന്ന് പെരിഞ്ചേരി മലയുടെ ചരിവിലെത്തിയപ്പോൾ ഉണ്ണായി നമ്പൂതിരി ഒരു വലിയ കരിമ്പാറയുടെ മുകളിൽ കയറിയിരുന്നു. മൂപ്പിലാൻ തന്റെ കൈയിൽ ബാക്കിയുള്ള ഒരു പൂവൻ പഴം കൈയിലെടുത്തു. എന്നിട്ടു പറഞ്ഞു: ''ഹൊ, എന്തൊരു വിശപ്പ്! ഇനി ഒന്നേയുള്ളൂ ബാക്കി. ഇവനെ ഇന്നുതന്നെ അകത്താക്കാം. പിന്നത്തെ കാര്യം പിന്നെ.''

ഉണ്ണായി നമ്പൂതിരിയുടെ സംസാരം കേട്ടുകൊണ്ട്, ആഞ്ഞിലിപ്പൊത്തിൽ നിന്നും ഒളിച്ചോടിയ കിണ്ടൻ പാറയിടുക്കിലുള്ള ഗുഹയിൽ ഒളിച്ചിരിപ്പുണ്ടായിരുന്നു.

തന്നെ വിഴുങ്ങാൻ നമ്പൂര്യച്ചൻ കരുതിക്കൂട്ടി പിന്നാലെ വന്നിരിക്കുകയാണെന്ന് കരുതി കിണ്ടൻ വിരണ്ടുപോയി. ഇനി ഒളിച്ചോടിയിട്ട് വലിയ കാര്യമില്ലെന്ന് അവൻ മനസ്സിൽ കണക്കുകൂട്ടി.

കിണ്ടൻ പേടിച്ചുവിറച്ച് ഉണ്ണായി നമ്പൂരിയുടെ കാൽക്കൽ കെട്ടിവീണു. അവൻ പറഞ്ഞു:

''നമ്പൂര്യച്ചാ, ദയവുചെയ്ത് എന്നെ വിഴുങ്ങരുത്. ഞാനൊരു മാന്ത്രികവടി അങ്ങേക്ക് തരാം.''

''അതെന്തിനാ? മാന്ത്രികവടി കുത്തിപ്പിടിച്ചാൽ എന്റെ വിശപ്പ് മാറുമോ?'' നമ്പൂര്യച്ചൻ പരിഹസിച്ചു.

''അല്ലല്ല. ആരെങ്കിലും അങ്ങയെ ഉപദ്രവിക്കാൻ വന്നാൽ ഈ മാന്ത്രികവടി മൂന്നുവട്ടം നിലത്തടിക്കണം. അപ്പോൾ ഇതൊരു പാമ്പായി മാറും. പാമ്പ് എതിരാളിയെ കടിച്ചു കൊന്നുകൊള്ളും.'' കിണ്ടൻ അറിയിച്ചു.

''എങ്കിൽ നിന്നെ ഞാൻ വിഴുങ്ങുന്നില്ല. മാന്ത്രികവടി ഇങ്ങു തന്നേക്കൂ.'' നമ്പൂര്യച്ചൻ തന്ത്രപൂർവ്വം കൈകൾ നീട്ടി.

മാന്ത്രികവടി നമ്പൂര്യച്ചനെ ഏൽപ്പിച്ചിട്ട് കിണ്ടൻ ജീവനും കൊണ്ട് ഓടി മറഞ്ഞു.

ഇപ്പോൾ തനിക്ക് ജീവിക്കാൻ വേണ്ടതൊക്കെ കിട്ടിക്കഴിഞ്ഞുവെന്ന് ഉണ്ണായി നമ്പൂതിരിക്ക് മനസ്സിലായി. ഇനി സന്തോഷപൂർവ്വം ഇല്ലത്തേക്ക് മടങ്ങിപ്പോകുന്നതാണ് നല്ലതെന്ന് അദ്ദേഹം മനസ്സിൽ കരുതി. ഏൽപിച്ച സാധനങ്ങളെല്ലാം തിരിച്ചു വാങ്ങാനായി ഉണ്ണായി

നമ്പൂതിരി വേഗം കുശുമ്പിപ്പാറുവിന്റെ വീട്ടിലേക്ക് ചെന്നു. പക്ഷേ കിട്ടിയതെല്ലാം പത്തായത്തിൽ ഒളിപ്പിച്ചു വെച്ചിട്ട് കുശുമ്പിപ്പാറു കൈമലർത്തി. അപ്പോൾ നമ്പൂര്യച്ചൻ പറഞ്ഞു:

''എടീ കരിങ്കള്ളീ, മര്യാദയ്ക്ക് എന്റെ സാധനങ്ങളെല്ലാം തിരിച്ചു തന്നോളൂ. ഇല്ലെങ്കിൽ ഞാൻ നിന്നെ നെട്ടോട്ടമോടിക്കും.''

''അമ്പട കേമാ നമ്പൂര്യച്ചാ, അത്രയ്ക്കായോ?'' എന്നുപറഞ്ഞു കൊണ്ട് കുശുമ്പിപ്പാറു ഒരു വെട്ടുകത്തിയും ഉയർത്തിപ്പിടിച്ച് ഉണ്ണായി നമ്പൂതിരിയെ ആട്ടിയോടിക്കാൻ നോക്കി.

ഇതുകണ്ട് നമ്പൂര്യച്ചൻ വേഗം മാന്ത്രികവടി മൂന്നുവട്ടം നിലത്ത ടിച്ചു. പെട്ടെന്ന് മാന്ത്രികവടി ഒരു വലിയ പാമ്പായി കുശുമ്പിപ്പാറു വിന്റെ നേരെ ഇഴഞ്ഞുചെന്നു.

പാമ്പിനെ കണ്ട് വിറളിപൂണ്ട കുശുമ്പിപ്പാറു വേഗം പത്തായം തുറന്ന് ഒളിച്ചുവെച്ച സാധനങ്ങളെല്ലാം കൊണ്ടുവന്ന് ഉണ്ണായി നമ്പൂതിരിയെ ഏൽപ്പിച്ചു. ആ നിമിഷത്തിൽ പാമ്പ് പഴയതുപോലെ വടിയായി.

ഉണ്ണായി നമ്പൂതിരി വേഗം മോതിരക്കിളിയെയും തോളിലിരുത്തി ചട്ടീം ചട്ടുകവും ഭാണ്ഡത്തിൽകെട്ടി മാന്ത്രികവടിയും കുത്തിപ്പിടിച്ച് ഇല്ലത്തേക്ക് യാത്രയായി.

നമ്പൂര്യച്ചനെ കണ്ടപാടെ പതിനഞ്ചുമക്കളും വിശന്നു കരഞ്ഞു കൊണ്ട് ആ വഴി ഈവഴി ഓടിയെത്തി. അദ്ദേഹം വേഗം ചട്ടീം ചട്ടുകവും കൈയിലെടുത്തു. എന്നിട്ട് ചട്ടിയോട് പറഞ്ഞു:

'ചട്ടീ ചട്ടീ ചട്ടിയിലിപ്പോൾ
ചോറും കറിയും നിറയട്ടെ.'

അത്ഭുതം! പെട്ടെന്ന് ചട്ടിക്കുള്ളിൽ ചൂടൻ ചോറും കറിയും നിറഞ്ഞു. അടുത്ത മന്ത്രം ചൊല്ലിയപ്പോൾ ചട്ടുകം അവർക്ക് ചോറും കറികളും വിളമ്പിക്കൊടുത്തു. ഹയ്യട! എന്തുപറയാൻ? പതിനഞ്ച് മക്കളും നിരന്നിരുന്ന് വയറുനിറയെ ചോറുണ്ണത് നമ്പൂര്യച്ചൻ സന്തോ ഷത്തോടെ നോക്കിനിന്നു.

■

കൂനപ്പനുണ്ണിയും കണ്ണില്ലാക്കണ്ണനും

കൂനന്തറയിൽ ഒരു കൂനപ്പനുണ്ണിയും കണ്ണൂക്കരയിൽ ഒരു കണ്ണില്ലാക്കണ്ണനും പാർത്തിരുന്നു. കൂനപ്പനുണ്ണി ജന്മനാതന്നെ കൂനനും കണ്ണില്ലാക്കണ്ണൻ ജന്മനാതന്നെ കണ്ണുപൊട്ടനുമായിരുന്നു. രണ്ടുപേരും വലിയ കൂട്ടുകാരായി കഴിഞ്ഞുവന്നു.

അങ്ങനെയിരിക്കെ രണ്ടു ചങ്ങാതിമാരും കൂടി വെള്ളരിക്കാപ്പട്ടണത്തിൽ വിനോദയാത്രയ്ക്കു പോയി. പോകുംവഴിക്ക് അവർക്ക് ഒരു ചെപ്പുകുടം കളഞ്ഞുകിട്ടി. തുറന്നുനോക്കിയപ്പോൾ അതിൽ നിറയെ വിലയേറിയ രത്നങ്ങളായിരുന്നു.

കൂനപ്പനുണ്ണിയും കണ്ണില്ലാക്കണ്ണനും സന്തോഷം കൊണ്ടു തുള്ളിച്ചാടി. അവർ ചെപ്പുകുടവുമായി നാട്ടിലെത്തി. മറ്റാരും കാണാതെ ഒരിടത്ത് കുടം ഒളിച്ചുവച്ചു. കുറെനാൾ കഴിഞ്ഞ് പങ്കിട്ടാൽ മതിയെന്ന് ഇരുവരും തീരുമാനിച്ചു.

ഇതിനിടയിൽ കണ്ണില്ലാക്കണ്ണനെ കൊന്ന് കുടം സ്വന്തമാക്കണമെന്നുള്ള ദുഷ്ടവിചാരം കൂനപ്പനുണ്ണിയുടെ മനസ്സിൽ മുളപൊട്ടി. അവൻ എന്തു ചെയ്തെന്നോ? ഒരു വലിയ മൂർഖൻ പാമ്പിനെപ്പിടിച്ച് നുറുക്കി അടുപ്പത്തുവച്ചു. അതിനെ കറിവച്ച് കണ്ണുപൊട്ടനു കൊടുത്താൽ അയാൾ ചാകുമല്ലോ!

കൂനപ്പനുണ്ണി കറിമസാല വാങ്ങാൻ കടയിൽപ്പോയ സമയത്താണ് കണ്ണില്ലാക്കണ്ണൻ അവിടെ എത്തിയത്. കലത്തിൽ എന്താണ് വേവുന്നതെന്ന് മണത്തറിയാൻ അയാൾ അടപ്പുപൊക്കി. അദ്ഭുതം...! പാമ്പിന്റെ ആവി മുഖത്തടിച്ചപ്പോൾ പെട്ടെന്ന് അയാൾക്ക് കാഴ്ചശക്തി തിരിച്ചുകിട്ടി.

കണ്ണില്ലാക്കണ്ണൻ ആർത്തിയോടെ കലത്തിലേക്ക് തലയെത്തിച്ചു നോക്കി: ‘‘ഹമ്മേ...! കലത്തിൽ വിഷപ്പാമ്പു കിടന്നുതിളക്കുന്നു!’’ ഇത് തന്നെ കൊല്ലാനുള്ള കുരുട്ടുവിദ്യയാണെന്ന് കണ്ണില്ലാക്കണ്ണന് മനസ്സിലായി.

അപ്പോഴേക്കും കൂനപ്പനുണ്ണി അവിടെയെത്തി. അവനെ കണ്ടപ്പോൾ കണ്ണില്ലാക്കണ്ണന്റെ കോപം തിളച്ചുമറിഞ്ഞു. അയാൾ അലറി:

‘‘കൊടുംചതിയാ, പെരുംകൂനാ; നീ എന്നെ കൊല്ലാൻ നോക്കിയല്ലേ? ഞാനിപ്പം നിന്റെ കഥ കഴിക്കും.’’

കണ്ണില്ലാക്കണ്ണൻ ചാടി കൂനപ്പനുണ്ണിയുടെ എളിക്കുനോക്കി ഒരു ചവിട്ടുകൊടുത്തു. ഹയ്യട! കൂട്ടുകാരന്റെ ചവിട്ട് സ്ഥാനത്തുകൊണ്ടപ്പോൾ കൂനപ്പനുണ്ണിയുടെ എളിനിവർന്നു. എന്തൊരു ഭാഗ്യം. കൂനപ്പനുണ്ണിയുടെ കൂന് അതോടെ മാറി.

ഒട്ടും വിചാരിച്ചിരിക്കാതെ ഉണ്ടായ ഈ മാറ്റം കണ്ട് അവരുടെ പകയും ദേഷ്യവുമെല്ലാം പമ്പകടന്നു. രണ്ടു പേരും വലിയ സന്തോഷത്തോടെ കെട്ടിപ്പുണർന്നു. പിന്നെ ഇരുവരും കൈകോർത്ത് നൃത്തം വച്ചു.

അന്നുതന്നെ അവർ ചെപ്പുകുടത്തിലെ രത്നങ്ങൾ പങ്കിട്ടു. കൂടുതൽ വേണമെന്ന ആർത്തി അപ്പോൾ ആർക്കുമുണ്ടായില്ല. അങ്ങനെ വളരെക്കാലം ആ ചങ്ങാതിമാർ നല്ലവരായി ജീവിച്ചു. ■

സ്വർണ്ണദ്വീപിലെ പക്ഷി

മഞ്ചാടിക്കുന്നിൽ രണ്ടു മരംവെട്ടുകാരുണ്ടായിരുന്നു. സുരാസുവും ദുരാസുവും. സുരാസുവിന് പക്ഷികളോടും മൃഗങ്ങളോടുമെല്ലാം വലിയ സ്നേഹമായിരുന്നു. മരംവെട്ടുമ്പോൾ കൂടു തകർന്ന് താഴെ വീഴുന്ന പക്ഷിക്കുഞ്ഞുങ്ങളെയെല്ലാം അയാൾ തന്റെ കൊച്ചുകുടിലിൽ കൊണ്ടുപോയി വളർത്തുകയായിരുന്നു പതിവ്. സ്വന്തം കുട്ടികൾ പട്ടിണിയായായാലും പക്ഷികളെ തീറ്റാൻ അയാൾ ഒരിക്കലും മറന്നിരുന്നില്ല.

എന്നാൽ, ദുരാസുവിന്റെ സ്വഭാവം നേരെമറിച്ചായിരുന്നു. ആർത്തിയും അസൂയയുമായിരുന്നു അയാളുടെ കൂടപ്പിറപ്പുകൾ. കൈയിൽ കിട്ടുന്ന പക്ഷിക്കുഞ്ഞുങ്ങളെയല്ലാം ചുട്ടുതിന്നുകയായിരുന്നു അയാളുടെ ഹോബി.

ഒരിക്കൽ സുരാസു പതിവുപോലെ കാട്ടിൽ മരംമുറിക്കുകയായിരുന്നു. അപ്പോഴാണ് കുറെ കാക്കകൾ കൂട്ടംചേർന്ന് ഒരു പാവം പക്ഷിയെ ആക്രമിക്കുന്നത് കണ്ടത്. അയാൾ കല്ലെറിഞ്ഞ് കാക്കകളെയെല്ലാം ആട്ടിയോടിച്ചിട്ട് പക്ഷിയെ വാരിയെടുത്തു. തലയിൽ സ്വർണ്ണനിറത്തിൽ തൂവൽക്കിരീടമുള്ള ഒരു സുന്ദരിപ്പക്ഷിയായിരുന്നു അത്. അതിന്റെ കാലും ചിറകും ഒടിഞ്ഞിരിക്കുന്നത് അയാളെ കുടുതൽ വേദനിപ്പിച്ചു.

സുരാസു ആ പക്ഷിയെ നന്നായി ശുശ്രൂഷിച്ച് രണ്ടു ദിവസം കൊണ്ട് സുഖപ്പെടുത്തി. പറക്കാമെന്നായപ്പോൾ അയാൾ അതിനെ സ്വതന്ത്രമാക്കിവിട്ടു.

ഒരാഴ്ച കഴിഞ്ഞപ്പോൾ സ്വർണ്ണപ്പക്ഷി വീണ്ടും അവിടെ പറന്നെത്തി. അപ്പോൾ അതിന്റെ ചുണ്ടിൽ സ്വർണനിറമുള്ള ഒരു പഴമുണ്ടായിരുന്നു.

സ്വർണ്ണപ്പഴം സുരാസുവിന്റെ മുന്നിൽ വെച്ചിട്ട് സ്വർണ്ണപ്പക്ഷി പറഞ്ഞു. ''സ്വർണ്ണദ്വീപിലെ ഭാഗ്യദേവതയുടെ വളർത്തുപ്പക്ഷിയാണ് ഞാൻ. എന്നെ രക്ഷിച്ചതിന് ഭാഗ്യദേവത തന്നയച്ച ഒരു സമ്മാനമാണിത്. ഈ പഴം തിന്നിട്ട് ഇതിന്റെ കുരുനട്ടുമുളപ്പിച്ചാൽ നിങ്ങൾക്കും ഇതിന്റെ വിലയേറിയ സ്വർണ്ണപ്പഴം ധാരാളമായി കിട്ടും. അതോടെ നിങ്ങളുടെ പട്ടിണിയും പരിവട്ടവുമൊക്കെ മാറും.''

ഇത്രയും പറഞ്ഞിട്ട് സ്വർണ്ണപ്പക്ഷി എവിടേക്കോ പറന്നുപോയി.

സുരാസു സ്വർണ്ണപ്പഴം തിന്നശേഷം അതിന്റെ കുരു വീട്ടുമുറ്റത്ത് കുഴിച്ചിട്ടു. രണ്ടുമൂന്ന് ദിവസംകൊണ്ട് കുരുമുളച്ചു പൊങ്ങി. അതങ്ങനെ വളർന്നുവളർന്ന് ക്രമേണ വലിയൊരു മരമായി മാറി.

ഒരു ദിവസം മരത്തിൽ നിറയെ സ്വർണ്ണപ്പഴങ്ങളുണ്ടായി. സ്വർണ്ണ പ്പഴം വിറ്റ് സുരാസു വലിയ പണക്കാരനായി. അയാളുടെ കുടിലിന്റെ സ്ഥാനത്ത് അതിമനോഹരമായ ഒരു രണ്ടുനിലമാളിക ഉയർന്നു. ശരിക്കും ഭാഗ്യദേവതയുടെ കടാക്ഷം!

ഇതെല്ലാം കണ്ട് ആർത്തിക്കാരനും അസൂയാലുവുമായ ദുരാസു വിന് ഊണും ഉറക്കവും ഇല്ലാതായി. സ്വർണ്ണപ്പക്ഷിയെ കണ്ടുപിടിച്ച് തനിക്കും ഒരു വലിയ പണക്കാരനാകണമെന്ന് അയാൾ മോഹിച്ചു.

ഒട്ടും പ്രതീക്ഷിക്കാതെ ഒരു ദിവസം ദുരാസു സ്വർണ്ണപ്പക്ഷിയെ കണ്ടെത്തി. പൊന്തക്കാട്ടിൽ മറഞ്ഞുനിന്ന് അയാൾ അതിനെ കല്ലെ റിഞ്ഞു വീഴ്ത്തി.

താഴെ വീണപ്പോൾ അയാൾ ഓടിച്ചെന്ന് പക്ഷിയെ വാരിയെ ടുത്തു. ''ഹൊ, പാവം പക്ഷി! ഏതോ ദുഷ്ടന്മാർ കല്ലെറിഞ്ഞു വീഴ്ത്തിയതാണ്.'' ഒന്നും അറിയാത്തപോലെ അയാൾ അഭിനയിച്ചു.

പക്ഷിയെ വീട്ടിൽ കൊണ്ടുപോയി മരുന്നു പുരട്ടി രണ്ടുമൂന്ന് ദിവസം ദുരാസു അതിനെ ശുശ്രൂഷിച്ചു. മുറിവുണങ്ങിയപ്പോൾ അയാൾ അതിനെ പറത്തിവിട്ടു.

പക്ഷി പോയതിന്റെ പിറ്റേന്നു മുതൽ അയാൾ മേലോട്ട് കണ്ണും നട്ട് കാത്തിരുന്നു. ഒരു ദിവസം ചുണ്ടിലൊരു കരിമുള്ളൻ പഴവു മായി സ്വർണ്ണപ്പക്ഷി പറന്നെത്തി. പഴം അയാളുടെ മുന്നിൽ വെച്ചിട്ട് പക്ഷി പറഞ്ഞു.

''അങ്ങകലെ സാത്താൻകുന്നിൽ വിളയുന്ന കരിമ്പൂതപ്പഴമാണിത്. പഴം തിന്ന് കുരു നട്ടോളൂ. നിങ്ങൾക്ക് വേണ്ടതൊക്കെ ഇതിനകത്തു നിന്ന് കിട്ടിക്കോളും.''

ദുരാസു ഉടനെ കരിമ്പൂതപ്പഴം കടിച്ചുതിന്ന് കുരു വീട്ടുമുറ്റത്ത് കുഴിച്ചിട്ടു. താമസിയാതെ അവിടെ വിചിത്രമായ ഒരു ചെടി മുളച്ചു പൊങ്ങി. ക്രമേണ അതൊരു വന്മരമായി വളർന്നു. ഒരു ദിവസം മരത്തിൽ കരിമുള്ളും കട്ടിത്തോടുമുള്ള ഒരു പഴമുണ്ടായി. അതിനു ള്ളിൽ വിലയേറിയ രത്നങ്ങളാവുമെന്ന് അയാൾ വിചാരിച്ചു.

മൂത്തുവിളഞ്ഞപ്പോൾ ദുരാസു ഒരുദിവസം മുള്ളൻകായ് പറിച്ച് രണ്ടായി പിളർന്നു. പെട്ടെന്ന് അതിനകത്തുനിന്ന് 'ഭും...! ഭും! ഭുംഭുഭും.. ഭും..! ഭും..! ഭുംഭുഭും!' എന്ന് വലിയ ശബ്ദം കേട്ടു. താമസിയാതെ പഴത്തിൽനിന്ന് കൊമ്പുകളും കോമ്പല്ലുകളും കൂർത്ത നഖങ്ങളു മുള്ള ഒരു കരിംഭൂതം പുറത്തേക്കു ചാടി. ഭൂതം പറഞ്ഞു. ''ഹേ,

ആർത്തിക്കാരാ...! സാത്താൻകുന്നിലെ ദുർഭാഗ്യദേവതയാണ് എന്നെ ഇങ്ങോട്ട് അയച്ചത്. ആർത്തി മാറുന്നതുവരെ നിന്നെ ഞാൻ മാന്തിക്കീറിക്കൊണ്ടിരിക്കും ഹ! ഹ! ഹ!''

കരിമ്പൂതം കൂർത്ത നഖങ്ങൾ ഉയർത്തിപ്പിടിച്ചുകൊണ്ട് ദുരാസുവിന്റെ നേർക്ക് ചീറിയടുത്തു. അതോടെ അയാളുടെ പ്രാണൻ പകുതി പോയി. അയാൾ പറഞ്ഞു. ''ഇല്ല, ഇല്ല; ഞാനിനി ഒരിക്കലും ആർത്തി കാണിക്കില്ല. ആരോടും അസൂയപ്പെടുകയുമില്ല. ഭൂതമേ, മാപ്പ്!' ദുരാസു കൈകൾ കൂപ്പി പറഞ്ഞു.

''ശരി, എങ്കിൽ നിന്നെ ഞാൻ ഉപദ്രവിക്കുന്നില്ല. ആർത്തി പെരുത്താൽ ആപത്ത് എപ്പോഴും ഓർത്തുകൊള്ളുക!'' ദുരാസുവിന് താക്കീത് നൽകിക്കൊണ്ട് കരിമ്പൂതം അപ്പോൾത്തന്നെ സാത്താൻകുന്നിലേക്കുപോയി. ■

മെഴുകുപാവയും കള്ളന്മാരും

വഴുതക്കാട്ടെ മെഴുകുപാവയും മണിയങ്ങാട്ടെ മൺപാവയും ചങ്ങാതിമാരായിരുന്നു. ഒരിക്കൽ അവർ രണ്ടുപേരും കൂടി കിഴക്കേടത്തെ കിണറ്റുവക്കിൽ കയറി നിന്ന് തലകുത്തി മറിയാൻ തുടങ്ങി.

എന്തൊരു കഷ്ടം! മൺപാവ കാലുതെറ്റി കിണറ്റിലേക്കു 'ബ്ധൂം!' എന്നൊരു വീഴ്ച! പാവം പാവയല്ലേ? അതിന് എന്തു ചെയ്യാനൊക്കും? അത് കിണറ്റിൽ കിടന്ന് ഉറക്കെ കരയാൻ തുടങ്ങി. പക്ഷേ ഒരൊറ്റ ആൾപോലും അതിനെ രക്ഷിക്കാൻ മുന്നോട്ടുവന്നില്ല.

അപ്പോൾ ചങ്ങാതിയായ മെഴുകുപാവ സങ്കടത്തോടെ കിണറമ്മാവനോടു പറഞ്ഞു:

''കിണറമ്മാവാ, കിണറമ്മാവാ, എന്റെ കൂട്ടുകാരൻ മൺപാവ കാലുതെറ്റി വെള്ളത്തിൽ വീണു. അവനെയൊന്ന് കരയ്ക്കു കേറ്റിത്തരാമോ?''

ഇതുകേട്ട് കിണറമ്മാവൻ ഒന്നു കുലുങ്ങിച്ചിരിച്ചു. എന്നിട്ടു പറഞ്ഞു: ''ഞാൻ നിനക്ക് ഒരു കട്ടിലും ഒരു തൊട്ടിലും തരാം. അതു ചന്തയിൽ കൊണ്ടുപോയി വിറ്റ് നീയെനിക്ക് നൂറു പൊൻപണം ഉണ്ടാക്കിത്തരണം. എങ്കിൽ നിന്റെ കൂട്ടുകാരനെ കരയ്ക്കുകയറ്റിത്തരാം.''

ഇത് വളരെ പ്രയാസമുള്ള കാര്യമാണെന്ന് മെഴുകുപാവയ്ക്കു തോന്നി. എങ്കിലും തന്റെ പ്രിയപ്പെട്ട ചങ്ങാതിയെ രക്ഷിക്കാൻ എന്തു ത്യാഗം ചെയ്യാനും മെഴുകുപാവ തയ്യാറായിരുന്നു. മെഴുകുപാവ ധൈര്യത്തോടെ പറഞ്ഞു:

''ശരി; അമ്മാവൻ കട്ടിലും തൊട്ടിലും പൊക്കി കരയിൽ വച്ചോളൂ. അപ്പോഴേക്കും ഞാനൊന്ന് കുളിച്ചൊരുങ്ങിവരാം.''

കിണറമ്മാവൻ വേഗം കട്ടിലും തൊട്ടിലും പൊക്കി കരയിൽവച്ചു.

മെഴുകുപാവ കുളിച്ചൊരുങ്ങി കുറിയും തൊട്ട് കിണറ്റിൻകരയിൽ വന്നപ്പോൾ അവിടെ തൊട്ടിലും കാണാനില്ല; കട്ടിലും കാണാനില്ല! അവ ആരുകൊണ്ടുപോയി? മെഴുകുപാവ വെപ്രാളത്തോടെ നാലുപാടും നോക്കി.

അപ്പോൾ ഒരു വണ്ണാത്തിക്കിളി ചോദിച്ചു:

''പാവക്കുട്ടീ പാവം കുട്ടീ, നീയെന്താ നോക്കുന്നത്?''

''ഇവിടെയിരുന്ന കട്ടിലും തൊട്ടിലും കാണാനില്ല.'' മെഴുകുപാവ സങ്കടത്തോടെ അറിയിച്ചു.

''ഓഹോ..., കട്ടിലും തൊട്ടിലും പൊക്കി ഒരു മുത്തശ്ശി തെക്കോട്ടു പോണതു കണ്ടു. വേഗം ചെന്നാൽ പിടികൂടാം.'' വണ്ണാത്തിക്കിളി നിർദ്ദേശിച്ചു.

മെഴുകുപാവ വേഗം തെക്കോട്ടു നടന്നു. അപ്പോൾ കണ്ട കാഴ്ച വളരെ ദയനീയമായിരുന്നു. കട്ടിലും തൊട്ടിലും കൊത്തിക്കീറി അടുപ്പിൽ വച്ച് ഒരു മുതുമുത്ത്യമ്മ ദോശ ചുടുന്നു.

മെഴുകുപാവ മുത്ത്യമ്മയോട് കട്ടിലും തൊട്ടിലും തിരിച്ചു ചോദിച്ചു. അപ്പോൾ മുത്ത്യമ്മ പറഞ്ഞു: ''കട്ടിലും തൊട്ടിലും കത്തിപ്പോയി. പകരം ഞാൻ ഒരു കുട്ടദോശ തരാം.''

''ദോശയെങ്കിൽ ദോശ; തന്നോളൂ.''

മനസ്സില്ലാമനസ്സോടെ ദോശയും വാങ്ങി മെഴുകുപാവ അവിടെ നിന്നും നടന്നു. അപ്പോൾ വഴിവക്കത്തുള്ള ഒരു അമ്പലനടയിലിരുന്ന് ചിന്നത്തമ്പിയാശാൻ 'ധടുപടു'വെന്ന് മദ്ദളം കൊട്ടുന്നതു കേട്ടു.

മെഴുകു പാവയ്ക്ക് വലിയ രസം തോന്നി. പാവ ചോദിച്ചു:

''ആശാനേ പൊന്നാശാനേ...! നല്ലചൂടുള്ള ദോശതരാം. തന്റെ മദ്ദളം എനിക്കു തരാമോ?''

ചിന്നത്തമ്പിയാശാൻ വിശന്നു പൊരിഞ്ഞിരിക്കുകയായിരുന്നു. അയാൾ വേഗം മദ്ദളം കൊടുത്തിട്ട് ദോശ വാങ്ങി 'കപ്പം കുപ്പം' തിന്നു.

അപ്പോഴേക്കും നേരം വല്ലാതെ ഇരുട്ടിക്കഴിഞ്ഞിരുന്നു. മെഴുകുപാവ മദ്ദളവും പൊക്കിക്കൊണ്ട് ഇരുട്ടിലൂടെ തപ്പിയും തടഞ്ഞും മുന്നോട്ടു നീങ്ങി.

പയ്യാനിപ്പാടത്തിന്റെ നടുവിലെത്തിയപ്പോൾ അതാ ഒരു നീല വെളിച്ചം. എന്താത്? യക്ഷിയോ ഭൂതമോ അറുകൊലയോ? മെഴുകുപാവ സൂക്ഷിച്ചുനോക്കി. അവിടെ കുറേപ്പേർ കൂടിയിരുന്ന് എന്തൊക്കെയോ പങ്കുവയ്ക്കുകയാണ്!

മെഴുകുപാവ ശബ്ദമുണ്ടാക്കാതെ പാത്തും പതുങ്ങിയും അവരുടെ സമീപമെത്തി. മുഖം മൂടിയും തലേക്കെട്ടുമുള്ള കുറേ തടിമാടന്മാരായിരുന്നു അവർ.

മെഴുകുപാവ പെട്ടെന്ന് മദ്ദളം കയ്യിലെടുത്ത് ഉറക്കെ കൊട്ടാൻ തുടങ്ങി.

''ധടുപടു - ധടുപടു -ധീം

ധടുപടു - ധടുപടു -ധീം!''

മദ്ദളത്തിന്റെ മുഴങ്ങുന്ന ശബ്ദം കേട്ട് അവർ പേടിച്ചു.

'അയ്യോ! ഭൂതം.... ഭൂതം...! കരിംഭൂതം! ഓടിക്കോ... ഓടിക്കോ...! കൂട്ടം കൂടിയിരുന്ന മുഖം മൂടികൾ ജീവനും കൊണ്ട് പലവഴിയേ ഓടി. ചിലർ പാടത്തെ ചേറിലും ചളിയിലും വീണ് കുഴഞ്ഞു. മറ്റു ചിലർ കഴുത്തറ്റം വെള്ളത്തിൽ നീന്തിവലഞ്ഞു. എങ്കിലും പേടി കൊണ്ട് ഇഴഞ്ഞും വലിഞ്ഞും അവർ ബഹുദൂരം ഓടി മറഞ്ഞു.

മുഖംമൂടികൾ പോയപ്പോൾ മെഴുകുപാവ അവർ വട്ടം കൂടിയിരുന്ന സ്ഥലത്തെത്തി. അപ്പോൾ കണ്ടതോ? ഹായ് ഹായ്! അവിടം മുഴുവൻ വിലപിടിച്ച പൊൻ പണ്ടങ്ങളും പൊൻ നാണയങ്ങളും ചിതറിക്കിടക്കുന്നു!

മെഴുകുപാവ വേഗം മദ്ദളത്തിന്റെ ഒരു വശം തുറന്ന് അവിടെ കിടന്നിരുന്ന ആഭരണങ്ങളും പൊൻപണ്ടങ്ങളുമെല്ലാം വാരിക്കോരി അതിൽ നിറച്ചു. അതിനടുത്തായി മെഴുകുപാവ ഒരു കളപ്പുര കണ്ടു. അന്നു രാത്രിയിൽ അതിനകത്തു കയറിക്കിടന്നുറങ്ങി.

പിറ്റേന്നു നേരം പുലർന്നപ്പോൾ പൊന്നും പണവും നിറച്ച മദ്ദളവുമായി മെഴുകുപാവ കിഴക്കേടത്തെ കിണറമ്മാവന്റെ അടുക്കലെത്തി നൂറു പൊൻപണം എണ്ണിക്കൊടുത്തിട്ടു പറഞ്ഞു:

''കിണറമ്മാവാ, ഇതാ അങ്ങു പറഞ്ഞ വാക്കു ഞാൻ പാലിച്ചു. വേഗം എന്റെ പൊന്നു ചങ്ങാതിയെ എനിക്കു തിരിച്ചുതാ!''

ആപത്തിൽപ്പെട്ട സ്വന്തം ചങ്ങാതിയെ രക്ഷിക്കാൻ മെഴുകുപാവ ചെയ്യുന്ന പരിശ്രമങ്ങൾ കണ്ട്, കിണറമ്മാവൻ അദ്ഭുതപ്പെട്ടുപോയി. ''ഹൊ, എന്തൊരു സ്നേഹം!''

കിണറമ്മാവൻ വേഗം മൺപാവയെ കരയ്ക്കെത്തിച്ചുകൊടുത്തു. മെഴുകുപാവ ഓടിച്ചെന്ന് തന്റെ പൊന്നുചങ്ങാതിയെ കെട്ടിപ്പിടിച്ചു. മെഴുകുപാവ പറഞ്ഞു:

''ഹൊ, നിന്നെക്കണ്ട് എന്റെ കണ്ണു നിറയുന്നു. പാവം പാവക്കുട്ടികളാണെങ്കിലും നമ്മുടെ മനസ്സിലുമുണ്ട് സ്നേഹം! വരൂ നമുക്കൊരിമിച്ച് വീണ്ടും കളിച്ചുരസിക്കാം.''

മെഴുകുപാവയും മൺപാവയും അപ്പോൾത്തന്നെ കൈകൾ കോർത്ത് സന്തോഷത്തോടെ കിണറിനു ചുറ്റും വട്ടമിട്ടുകളിക്കാൻ തുടങ്ങി. അവരുടെ സ്നേഹവും സന്തോഷവും കണ്ട് കിണറമ്മാവൻ കുളുർക്കെ ചിരിച്ചു.

■

കണ്ണപ്പനാനയും കുഞ്ഞാറ്റക്കുരുവിയും

മയിലാടുംകുന്നിൽ ഒരു കുഞ്ഞാറ്റക്കുരുവി കൂടുകെട്ടി പാർത്തിരുന്നു. ഇലകളും നാരുകളും പഞ്ഞിയും കൊണ്ടുതീർത്ത മനോഹരമായ ഒരു കൂടായിരുന്നു അവളുടേത്.

ഒരു ദിവസം കുഞ്ഞാറ്റക്കുരുവി കൂട്ടിനകത്ത് ഒരു മണിമുട്ടയിട്ടു. അവൾക്കു വലിയ സന്തോഷമായി. മണിമുട്ട കൂട്ടിൽ സൂക്ഷിച്ചു വച്ചിട്ട് അവൾ അകലെയുള്ള പൊക്കാളിപ്പാടത്ത് നെന്മണി കൊത്താൻ പോയി.

ഈ സമയത്ത് കാട്ടിലെ തെമ്മാടിയായ കണ്ണപ്പനാന അതുവഴി വന്നു. കുഞ്ഞാറ്റക്കുരുവിയുടെ മനോഹരമായ കൂടുകണ്ട് അവന് വല്ലാത്ത അസൂയ തോന്നി.

കണ്ണപ്പനാന തുമ്പിക്കൈ നീട്ടി കുഞ്ഞാറ്റക്കുരുവിയുടെ കൂടു തകർത്തു. അതോടെ അവളുടെ മണിമുട്ട ഉടഞ്ഞുപോയി. കുഞ്ഞാറ്റക്കുരുവിക്ക് സങ്കടം സഹിക്കാൻ കഴിഞ്ഞില്ല. അവൾ പൊട്ടിക്കരഞ്ഞുകൊണ്ട് തന്റെ അയൽക്കാരനായ കുട്ടൻ കട്ടുറുമ്പിനോട് ഉണ്ടായ കാര്യങ്ങളെല്ലാം പറഞ്ഞു. അതുകേട്ടപ്പോൾ കട്ടുറുമ്പിനും വേദന തോന്നി. കട്ടുറുമ്പു പറഞ്ഞു: ''കരുവിയമ്മേ, നീ സങ്കടപ്പെടേണ്ട. നിന്നെ ഞാൻ സഹായിക്കാം.'' കുട്ടൻകട്ടുറുമ്പ് അപ്പോൾത്തന്നെ തന്റെ ചങ്ങാതിമാരായ ഉറുമ്പച്ചന്മാരോട് വിവരം പറഞ്ഞു. അവരും കുഞ്ഞാറ്റക്കുരുവിയെ സഹായിക്കാൻ മുന്നോട്ടുവന്നു.

പിറ്റേന്ന് രാവിലെ അവർ ഒരു ജാഥയായി കണ്ണപ്പനാനയുടെ വീട്ടിലേക്ക് മാർച്ചുചെയ്തു.

അവിടെ എത്തിയപ്പോൾ കുട്ടൻ കട്ടുറുമ്പ് കണ്ണപ്പനാനയോട് ചോദിച്ചു:

''കൊമ്പച്ചാരേ വമ്പച്ചാരേ, നീയെന്തിനാ പാവം കുരുവിയമ്മയുടെ വീടു തകർത്തത്? വേഗം വീടു പണിതുകൊടുക്കണം.''

''അയ്യട, എന്നോടു ന്യായം പറയാൻ വന്നിരിക്കുന്നോ?'' കണ്ണപ്പനാന ഓടിച്ചെന്ന് ഉറുമ്പച്ചന്മാരെയെല്ലാം ചവിട്ടിയരച്ചുകൊന്നു. എന്നാൽ കുട്ടൻ കട്ടുറുമ്പു മാത്രം ഭാഗ്യത്തിനു രക്ഷപ്പെട്ടു.

കട്ടുറുമ്പിന്റെ മനസ്സിൽ കോപം കത്തിജ്വലിച്ചു. അവൻ പാത്തും പതുങ്ങിയും ചെന്ന് കണ്ണപ്പനാനയുടെ തുമ്പിക്കൈയ്ക്കുള്ളിൽ കടന്നു. അവിടെയിരുന്ന് ശക്തിയായി കടിക്കാൻ തുടങ്ങി.

ഉറുമ്പുകടിയേറ്റ് കണ്ണപ്പനാന ഉറക്കെ തുമ്മുകയും ചീറ്റുകയും ചെയ്തു. പക്ഷെ, ഉറുമ്പിനെ പുറത്തുചാടിക്കാൻ അവനു കഴിഞ്ഞില്ല. ഉറുമ്പുകടി സഹിക്കാനാവാതെ അവൻ കാട്ടിലൂടെ നെട്ടോട്ടം വട്ടോട്ടം ഓടാൻ തുടങ്ങി.

കണ്ണപ്പനാന കട്ടുറുമ്പിനോടു പറഞ്ഞു: ‘‘കുട്ടൻ കട്ടുറുമ്പേ, നിന്റെ കടി എനിക്കു സഹിക്കാൻ പറ്റുന്നില്ല. വേഗമൊന്ന് പുറത്തു കടക്ക്.’’

‘‘ഇല്ല കുഞ്ഞാറ്റക്കുരുവിയുടെ വീട് പണിതുകൊടുക്കുന്നതു വരെ നിന്നെ ഞാൻ കടിക്കും.’’ കട്ടുറുമ്പ് ദേഷ്യത്തോടെ അറിയിച്ചു.

രക്ഷയില്ലെന്ന് കണ്ട് കണ്ണപ്പനാന പറഞ്ഞു:

‘‘ശരി. ഞാൻ തോറ്റു. കുഞ്ഞാറ്റക്കുരുവിയുടെ വീട് ഞാനിപ്പോൾത്തന്നെ പണിതുകൊടുക്കാം.’’

‘‘എങ്കിൽ വേഗമാവട്ടെ. എന്നിട്ടേ ഞാൻ നിന്റെ തുമ്പിക്കൈയ്ക്കുള്ളിൽ നിന്നു പുറത്തുകടക്കൂ.’’ കട്ടുറുമ്പ് മുന്നറിയിപ്പു നൽകി.

കണ്ണപ്പനാന വേഗം പൊന്തക്കാട്ടിൽ കയറി താൻ നേരത്തെ വലിച്ചെറിഞ്ഞ കുരുവിക്കൂട് കണ്ടെടുത്തു. കൂടിന്റെ പിഞ്ഞിപ്പോയ ഭാഗങ്ങളെല്ലാം ശരിയാക്കിയ ശേഷം അത് ഭംഗിയായി മരക്കൊമ്പിൽ തൂക്കിയിട്ടു.

‘‘ഇനി നീ നിസ്സാരന്മാരെ ഉപദ്രവിക്കുമോ?’’ കുട്ടൻ കട്ടുറുമ്പ് ദേഷ്യംവിടാതെ കണ്ണപ്പനാനയോട് ചോദിച്ചു.

‘‘ഇല്ലേ ഇല്ല. നിസ്സാരന്മാർക്കും കഴിവുണ്ടെന്ന് എനിക്കിപ്പോൾ മനസ്സിലായി. നിന്റെ കൂട്ടുകാരെ കൊന്നതിന് എനിക്കു മാപ്പുതരണം.’’ കണ്ണപ്പനാന തന്റെ കൊമ്പുകൾ നിലത്തുകുത്തി തോൽവി സമ്മതിച്ചു. കുട്ടൻ കട്ടുറുമ്പ് കടി നിർത്തി പയ്യെപ്പയ്യെ തുമ്പിക്കയ്യിൽ നിന്നും പുറത്തിറങ്ങി.

നാണക്കേടു സഹിക്കാനാവാതെ കണ്ണപ്പനാന തലയും താഴ്ത്തി കാട്ടിലേക്ക് നടന്നുപോയി. കുട്ടൻ കട്ടുറുമ്പ് കുരുവിയോടു പറഞ്ഞു:

‘‘കുരുവിയമ്മേ, നീയിനി ഒരിക്കലും പേടിക്കേണ്ട. കൂട്ടിലേക്ക് തിരിച്ചുപൊയ്ക്കൊള്ളൂ.’’

കുഞ്ഞാറ്റക്കുരുവി കുട്ടൻ കട്ടുറുമ്പിനോട് നന്ദി പറഞ്ഞു. അവൾ സന്തോഷത്തോടെ പാട്ടുംപാടി തന്റെ കൂട്ടിലേക്കു പറന്നു: ‘‘കീ... കീ.....കീ...’’

■

ചിറകുമുളച്ച കാണ്ടാമൃഗം

ഒരിടത്ത് മുന്താണിമൂക്കൻ എന്നുപേരുള്ള ഒരു കാണ്ടാമൃഗക്കുട്ടിയുണ്ടായിരുന്നു. കണ്ടതിനൊക്കെ വാശിപിടിക്കുന്ന സ്വഭാവക്കാരനായിരുന്നു അവൻ.

മുന്താണിമൂക്കന് മൂന്നരവയസ്സായപ്പോൾ അച്ഛൻകാണ്ടാമൃഗവും അമ്മക്കാണ്ടാമൃഗവും ചേർന്ന് അവനെ കൂട്ടായിസാറിന്റെ പള്ളിക്കൂടത്തിൽ പഠിക്കാൻ ചേർത്തു.

ഒരു ദിവസം മുന്താണിമൂക്കൻ പതിവുപോലെ പള്ളിക്കൂടത്തിലേക്ക് പോവുകയായിരുന്നു. അപ്പോഴാണ് പൂഞ്ചോലക്കടവിലെ സുന്ദരിപ്പൂമ്പാറ്റ അതുവഴി പറന്നുവന്നത്.

മുന്താണിമൂക്കൻ അതിനുമുമ്പ് പൂമ്പാറ്റകളെ കണ്ടിട്ടുണ്ടായിരുന്നില്ല. അവൻ കൗതുകത്തോടെ ചോദിച്ചു:

''സുന്ദരിക്കുട്ടീ, നിന്നെ കാണാൻ നല്ല രസമുണ്ടല്ലോ! ആരാണ് നിനക്ക് ഈ ചിറകുകൾ തന്നത്?''

''ഇതെനിക്ക് ജന്മനാ കിട്ടിയതാണ്. ചിറകുണ്ടെങ്കിൽ നിനക്കും എന്നപ്പോലെ പാറിനടക്കാമായിരുന്നു. പൂക്കളിൽനിന്ന് ഇഷ്ടംപോലെ തേൻ കുടിച്ച് രസിക്കാമായിരുന്നു.'' സുന്ദരിപ്പൂമ്പാറ്റ അറിയിച്ചു.

ഇതുകേട്ടപ്പോൾ തനിക്കും രണ്ടു ചിറകുകൾ വേണമെന്ന് മുന്താണിമൂക്കൻ മോഹിച്ചു. അന്നവൻ കുട്ടായിസാറിന്റെ പള്ളിക്കൂടത്തിലേക്കു പോയില്ല. നേരെ വീട്ടിലെത്തി അമ്മക്കാണ്ടാമൃഗത്തോടും അച്ഛൻകാണ്ടാമൃഗത്തോടും വഴക്കു കൂടി. അവൻ പറഞ്ഞു:

''എനിക്കും പൂമ്പാറ്റയെപ്പോലെ ആകാശത്തിൽ പറന്നു നടക്കണം. അതിന് എവിടെന്നെങ്കിലും രണ്ട് ചിറകുകൾ വാങ്ങിത്തരണം.''

''അയ്യോ കുഞ്ഞേ... നമ്മൾ കാണ്ടാമൃഗങ്ങളല്ലേ? നമുക്കു ചിറകിന്റെ ആവശ്യമില്ല. എവിടെയും ഓടിച്ചാടി നടക്കാൻ പറ്റിയ ഉഗ്രൻ കാലുകൾ നമുക്കുണ്ട്. അതുമതി.'' അച്ഛൻ ഉപദേശിച്ചു.

ഇതുകേട്ട് മുന്താണിമൂക്കന് മൂക്കത്ത് കോപം വന്നു. വീട്ടുവളപ്പിലുള്ള തോട്ടം മുഴുവൻ അവൻ കുത്തിമറിച്ച് നശിപ്പിച്ചു. എന്നിട്ട് നാടും വീടും വിട്ട് എവിടേക്കോ ഓടിപ്പോയി.

പോകും വഴിക്ക് അവൻ ഒരു ഓലേഞ്ഞാലിപ്പക്ഷിയെ കണ്ടു. അവൻ ചോദിച്ചു:

''ഓലേഞ്ഞാലീ ഓലോഞ്ഞാലീ, നിന്റെ ചിറകുരണ്ടും എനിക്കു വിലയ്ക്കു തരാമോ? എന്റെ കയ്യിൽ പണമുണ്ട്.''

''ഹയ്യട! ആ പൂതി മനസ്സിലിരിക്കട്ടെ. എന്റെ ചിറക് എനിക്കു വേണം.'' ഓലേഞ്ഞാലി അവനെ പരിഹസിച്ചു. അവന് വല്ലാത്ത സങ്കടം തോന്നി.

''എങ്കിൽ ചിറകു മുളയ്ക്കാനുള്ള എന്തെങ്കിലും വിദ്യ നീയെനിക്ക് പറഞ്ഞുതരാമോ?''

മുന്താണിമൂക്കന്റെ സങ്കടം കണ്ട് ഓലേഞ്ഞാലിപ്പക്ഷി ഒരു വിദ്യ ഉപദേശിച്ചു:

''ചങ്ങാതീ, ഈ കാടിന്റെ നടുവിൽ ഉയരം കൂടിയ ഒരു മലയുണ്ട്, പൊന്മല! അതിന്റെ മുകളിൽ കയറി മുപ്പതുദിവസം നീ തപസ്സുചെയ്യണം. അപ്പോൾ നിന്റെ ആഗ്രഹം സാധിക്കും.''

ഇതുകേൾക്കേണ്ട താമസം; മുന്താണി മൂക്കൻ പൊൻമലതേടി യാത്രയായി.

നടന്നുനടന്ന് സന്ധ്യയ്ക്കു മുമ്പായി അവൻ പൊന്മലയുടെ അരികിലെത്തി. പിന്നെ നീന്തിയും നിരങ്ങിയും ഉരുണ്ടും പിരണ്ടും ഒരു കണക്കിന് പൊന്മലയുടെ മുകളിലെത്തി.

കൈ രണ്ടും കൂപ്പി, കണ്ണുരണ്ടുമടച്ച്, ഊണും ഉറക്കവുമില്ലാതെ മുന്താണിമൂക്കൻ മുപ്പതുരാവും മുപ്പതു പകലും രണ്ടു കാലിൽ നിന്ന് തപസ്സുചെയ്തു.

മുപ്പതാം ദിവസം പുലർച്ചയ്ക്ക് പൊന്മലയിലെ മലങ്കാളിയമ്മ അവന്റെ മുന്നിൽ പ്രത്യക്ഷപ്പെട്ടു.

''മകനേ മുന്താണിമൂക്കാ, നിനക്കെന്താണു വേണ്ടത്? നിന്റെ ആഗ്രഹം സാധിച്ചു തരാനാണ് നാം വന്നിരിക്കുന്നത്.''

മുന്താണിമൂക്കൻ കണ്ണീരോടെ പറഞ്ഞു:

''അമ്മേ, എനിക്ക് പറന്നുല്ലസിക്കാൻ രണ്ടു ചിറകുകൾ തരണം!'' ഇതുകേട്ട് കാളിയമ്മ കൈകളുയർത്തി അവനെ അനുഗ്രഹിച്ചു.

പെട്ടെന്ന് മുന്താണിമൂക്കന് പൊൻനിറമുള്ള രണ്ടു ചിറകുകൾ മുളച്ചു! അവൻ സന്തോഷം അടക്കാനാവാതെ തുള്ളിച്ചാടി.

താമസിയാതെ അവൻ തന്റെ പൊൻചിറകുകൾ വീശി ആകാശത്തേക്കുയർന്നു. വൻമരങ്ങളും വള്ളിപ്പടർപ്പുകളും പിന്നിട്ട് അവൻ മേഘങ്ങൾക്കിടയിലൂടെ പറന്നു നീങ്ങി.

രാവിലെ തീറ്റ തേടാനിറങ്ങിയ പക്ഷികളും പൂമ്പാറ്റകളും ആകാശത്തിലൂടെ പറന്നുവരുന്ന പുതിയ ഭീകര ജന്തുവിനെ കണ്ട് പേടിച്ച് വിറച്ച് ഓടിയൊളിക്കാൻ തുടങ്ങി.

മുന്താണിമൂക്കൻ കുറേ ദൂരം പറന്ന് ഒരു വലിയ ആൽമരത്തിന്റെ മുകളിലെത്തി. അവിടെ ഒരു പച്ചപ്പനങ്കിളി പാട്ടും പാടിയിരിക്കുന്നത് അവൻ കണ്ടു. പച്ചക്കിളിയോട് അവന് പുച്ഛം തോന്നി.

അവൻ കിളിയോടു പറഞ്ഞു:

''എടീ പച്ചക്കിളീ, നിന്റെ കൊക്കും ചിറകും എന്തിനു കൊള്ളാം? ഒട്ടും ഭംഗിയില്ല. എന്റെ ചിറകുകൾ നോക്കൂ; തനി സ്വർണ്ണച്ചിറക്.''

മുന്താണിമൂക്കൻ മെല്ലെ താഴ്ന്നിറങ്ങി അരയാൽ മരത്തിന്റെ ചില്ലയിലിരുന്നു. 'ഹയ്യോ!' ഭാരം കൊണ്ട് മരക്കൊമ്പൊടിഞ്ഞ് പൊത്തോയെന്ന് താഴെ വീണു.

മുന്താണിമൂക്കൻ മൂക്കും കുത്തി 'തിത്തോം' എന്ന് അതിന്റെ മേൽ വീണു. ഇതുകണ്ടു പേടിച്ചു വിറച്ച പച്ചപ്പനങ്കിളി പ്രാണനും കൊണ്ട് അവിടെ നിന്നു പറന്നകന്നു.

മുന്താണിമൂക്കൻ താഴത്തു നിന്നും തത്തിപ്പിടഞ്ഞെഴുന്നേറ്റു. പിന്നെയും ഉയരത്തിലേക്കു പറന്നുപൊങ്ങി. ചിറകു കുഴഞ്ഞപ്പോൾ അവൻ ഒരു പൊന്തക്കാടിനു മുകളിൽ വിശ്രമിക്കാനിരുന്നു.

കഷ്ടമേ കഷ്ടം! മുന്താണിമൂക്കന്റെ ഭാരം താങ്ങാനാവാതെ പൊന്തക്കാട് അപ്പാടെ നിലംപൊത്തി. അതിനടിയിൽപ്പെട്ട് ചിന്നങ്ങത്തെ ചിന്നൻ മുയലിന്റെ കാലൊടിഞ്ഞു: മണപ്പറമ്പിലെ മണിയനണ്ണന്റെ വാലൊടിഞ്ഞു!

ഇതുകണ്ട് കോപം പൂണ്ട മുയലുകളും അണ്ണാറക്കണ്ണന്മാരും ഓടിക്കൂടി. അവർ കല്ലും മണ്ണും വാരി മുന്താണിമൂക്കനെ എറിഞ്ഞു. പക്ഷികൾ കൂട്ടമായി പറന്നുവന്ന് അവന്റെ കണ്ണിലും മൂക്കിലും മുതുകിലും ആഞ്ഞുകൊത്തി.

മുന്താണിമൂക്കൻ ഉറക്കെ അമറിക്കൊണ്ട് ആകാശത്തേക്കു പറന്നുയർന്നു. എങ്കിലും ക്ഷീണവും തളർച്ചയും കൊണ്ട് അവന്റെ ചിറകുകൾ പിന്നെയും കുഴഞ്ഞു.

പഴയതുപോലെ നിലത്തിറങ്ങി നടക്കാൻ മുന്താണിമൂക്കന് കൊതി തോന്നി. അവൻ പയ്യെ പയ്യെ താഴോട്ടിറങ്ങി. എന്നാൽ അവൻ ചെന്നിറങ്ങിയത് കട്ടുറുമ്പുകളുടെ ഒരു മാളത്തിനു മുകളിലായിരുന്നു.

ഉറുമ്പു മാളം തകർന്നതോടെ കട്ടുറുമ്പുകൾ കൂട്ടമായി ഇളകി. ഉറുമ്പുകൾ പാഞ്ഞുചെന്ന് മുന്താണി മൂക്കന്റെ കണ്ണിലും മൂക്കിലും വായിലും വയറിലുമെല്ലാം പൊതിഞ്ഞിരുന്ന് കടിക്കാൻ തുടങ്ങി.

മുന്താണി മൂക്കൻ ഉറക്കെ കരഞ്ഞുകൊണ്ട് വീണ്ടും ആകാശത്തേക്കു പറന്നുയർന്നു. കൂടുതൽ നേരം പറന്നപ്പോൾ വീണ്ടും അവൻ തളർന്നു. താഴേയ്ക്കു വീഴുമെന്ന് തോന്നിയപ്പോൾ അവൻ താഴോട്ടിറങ്ങി. അല്പസമയത്തിനുള്ളിൽ അവൻ ഒരു പുഴവക്കത്തു ചെന്നിറങ്ങി.

എന്നാൽ ഒന്നു വിശ്രമിക്കാൻ പോലും കഴിയും മുമ്പ് ഒരു പെരുവയറൻ മുതലയമ്മാച്ചൻ വായും പിളർന്ന് അവനെ വിഴുങ്ങാനായി ഓടിയടുത്തു.

ഉറക്കെ കരഞ്ഞുകൊണ്ട് മുന്താണിമൂക്കൻ അവിടെ നിന്നും പറന്നു നീങ്ങി. എങ്കിലും കൂടുതൽ നേരം പിടിച്ചു നിൽക്കാൻ അവനു കഴിഞ്ഞില്ല. ചിറകുകൾ തനിക്ക് വലിയൊരു ഭാരമാണെന്ന് അവനു മനസ്സിലായി.

ഇഴഞ്ഞും വലിഞ്ഞും മുന്താണിമൂക്കൻ കാട്ടിനകത്തെ പൊന്മലയിലേക്കു നീങ്ങി. ഊണും ഉറക്കവുമില്ലാതെ അവൻ വീണ്ടും മുപ്പതുപകലും മുപ്പതുരാവും ഇരട്ടക്കാലിൽ നിന്ന് തപസ്സു ചെയ്തു. മുപ്പതാം ദിവസം പുലർച്ചയ്ക്ക് മലങ്കാളിയമ്മ അവന്റെ മുന്നിൽ പ്രത്യക്ഷപ്പെട്ടു.

''മകനേ, മുന്താണിമൂക്കാ, നിനക്കെന്താണു വേണ്ടത്? അമ്മ സാധിച്ചുതരാം.''

അവൻ മലങ്കാളിയുടെ മുന്നിൽനിന്ന് കണ്ണീരൊഴുക്കിക്കൊണ്ടു പറഞ്ഞു: ''അമ്മേ മഹാമായേ... എന്റെ ഈ ചിറകുകൾ രണ്ടും തിരിച്ചെടുക്കണം. ഇതെനിക്ക് വേണ്ട; ഇതെനിക്ക് വേണ്ട!''

ഇതുകേട്ട് കാളിയമ്മ ചിരിച്ചു. അവർ പറഞ്ഞു: ''മകനേ, അതിമോഹം ആപത്താണ്. നിനക്ക് സുഖമായി ജീവിക്കാൻ വേണ്ട എല്ലാ അവയവങ്ങളും നേരത്തെ ഉണ്ടായിരുന്നല്ലോ. എന്നിട്ടും ദുരാഗ്രഹം നിന്നെ പിടികൂടി. മറ്റുള്ളവരെ നീ അനാവശ്യമായി പുച്ഛിച്ചു. ഇപ്പോൾ അനുഭവത്തിലൂടെ നിനക്കെല്ലാം മനസ്സിലായില്ലേ?''

''എല്ലാം മനസ്സിലായി; അമ്മ എന്നോടു പൊറുക്കണം.'' അവൻ കാളിയമ്മയുടെ കാൽക്കൽ വീണു പൊട്ടിക്കരഞ്ഞു.

''കരയേണ്ട, ഇത്തവണ നാം നിനക്കു മാപ്പു നൽകുന്നു. ഇനി ഒരിക്കലും നീ അഹങ്കരിക്കരുത്.'' കാളിയമ്മ കൈകളുയർത്തി അവനെ അനുഗ്രഹിച്ചു. പെട്ടെന്ന് അവന്റെ ചിറകുകൾ രണ്ടും ഇല്ലാതായി. എന്തോ വലിയ ഭാരം ഒഴിഞ്ഞതായി അവനു തോന്നി. അവൻ സന്തോഷംകൊണ്ട് തുള്ളിച്ചാടി.

മലങ്കാളി മറഞ്ഞുപോയ ഉടനെ മുന്താണിമൂക്കൻ വീട്ടിലേക്കോടി. അച്ഛൻ കാണ്ടാമൃഗവും അമ്മക്കാണ്ടാമൃഗവും അവനെ കാണാതെ വിഷമിച്ചിരിക്കുകയായിരുന്നു. അവരെ കെട്ടിപ്പിടിച്ച് കരഞ്ഞുകൊണ്ട് അവൻ പറഞ്ഞു.

''അച്ഛനുമമ്മയും എനിക്കുമാപ്പുതരണം, അതിമോഹത്താൽ ഞാൻ പലതും ചെയ്തു. ഇനി ഞാൻ നല്ല കുട്ടിയായി കഴിഞ്ഞോളാം.''

അച്ഛൻ കാണ്ടാമൃഗത്തിന്റേയും അമ്മക്കാണ്ടാമൃഗത്തിന്റേയും കണ്ണുകൾ സന്തോഷത്താൽ നിറഞ്ഞു. അവർ അവനെ തഴുകി ആശ്വസിപ്പിച്ചു.

■

ചെരുപ്പുകുത്തിയും മാന്ത്രികമയിലും

ചൈനയിലെ ചിൽചാൽ ഗ്രാമത്തിൽ പണ്ടൊരു സന്ധ്യാനേരത്ത് എവിടെനിന്നോ ഒരു അനാഥബാലൻ വന്നെത്തി. കൊടുങ്കാറ്റും പേമാരിയുമുള്ള ഒരു സമയത്താണ് അവൻ അവിടെയെത്തിയത്.

മഴയത്ത് നനഞ്ഞൊലിച്ചു വന്ന അവനെ കവലയിലെ ചെരിപ്പുകുത്തിയായ ഷൂക്കിൻ തന്റെ വീട്ടിലേക്ക് വിളിച്ചു: ''ഇങ്ങോട്ടു കേറിക്കോളൂ. എന്താ നിന്റെ പേര്?''

''ഞാൻ ഷാങ്, ഒരനാഥനാണ്.'' അവൻ പറഞ്ഞു:

''ഓഹോ, എന്നാലിവിടെ പാർത്തോളൂ. എനിക്കൊരു സഹായി ആകുമല്ലോ.'' ഷുക്കിൻ പറഞ്ഞു.

അന്നുമുതൽ ഷാങ് അവിടെ താമസമാക്കി. ഷൂക്കിനും വീട്ടുകാർക്കും അവൻ നല്ലൊരു സഹായിയായിത്തീർന്നു. ഷൂക്കിൻ ഉണ്ടാക്കുന്ന ചെരുപ്പുകളൊക്കെ ചന്തയിൽ കൊണ്ടുപോയി വിൽക്കുന്നത് അവനാണ്.

ഷാങ് വന്നതോടെ ഷൂക്കിന്റെ വീടിന് ഒരു ഐശ്വര്യം കൈവന്നു. അതോടെ ഷൂക്കിന്റെ സ്വഭാവം വളരെ മാറി. മുറ്റത്തുവരുന്ന ഭിക്ഷക്കാരെയും പട്ടിണിപ്പാവങ്ങളെയുംമൊക്കെ ഷൂക്കിൻ ആട്ടിയോടിച്ചു.

ഇതെല്ലാം കണ്ട് മനംമടുത്തപ്പോൾ ഒരു ദിവസം ഷാങ് പറഞ്ഞു: ''ഞാനിവിടുന്ന് പോവുകയാണ്. ഇനി ഇവിടെ നിന്നാൽ ശരിയാകില്ല.''

യാത്ര പറയുമ്പോൾ അവൻ ഷൂക്കിനെ തന്റെ അരികിലേക്കു വിളിച്ചു.

''ദാ, ഞാനിറങ്ങുകയാണ്. പോകുംമുമ്പ് താങ്കൾക്കൊരു സമ്മാനം തരാം!'' ഷാങ് അറിയിച്ചു.

''സമ്മാനമാണെങ്കിൽ ഒട്ടും മടിക്കേണ്ട, വേഗം തന്നോളൂ.'' ഷൂക്കിന് തിടുക്കമായി.

''ഈ വീടിന്റെ ഭിത്തിയിൽ ഞാനൊരു മയിലിനെ വരുച്ചുതരാം.'' ഷാങ് വേഗം തന്റെ ഭാണ്ഡത്തിൻ നിന്ന് ചായവും ബ്രഷുമെടുത്ത് ആ പഴയ ഭിത്തിയിൽ ഒരു മയിലിന്റെ ചിത്രം വരച്ചു.

''അയ്യോ! ഇതെന്തിനാ? മയിലിന്റെ ചിത്രം നോക്കിയിരുന്നാൽ എന്റെ വിശപ്പു മാറുമോ? നല്ല തമാശ!'' ഷൂക്കിൻ അവനെ പരിഹസിച്ചു.

''ഈ മയിൽ താങ്കൾക്ക് വലിയൊരു സഹായിയാകും.''

''അതെങ്ങനെ?''

''മയിലേ മയിലേ പൊന്മയിലേ, നൃത്തംവെക്കുക, മണിമയിലേ, എന്നു പാടിക്കൊണ്ട് കൈകൊട്ടിയാൽ ഈ മയിൽ ഭിത്തിയിൽ നിന്നു താഴേക്കിറങ്ങിവന്ന് നൃത്തംചെയ്യും. നൃത്തം കണ്ട് ആളുകൾ താങ്കൾക്ക് കൈ നിറയെ കാശുതരും. ഇതൊരു മാന്ത്രിക മയിലാണ്.'' ഷാങ് വിശദീകരിച്ചു.

''എങ്കിൽ ഇപ്പോൾത്തന്നെ പരീക്ഷിക്കാമല്ലോ.'' ഷൂക്കിൻ ചെരിപ്പു നന്നാക്കാൻ വന്നവരെയും വഴിയോരത്ത് നിന്നവരേയും തന്റെ അരികിലേക്ക് വിളിച്ചു. എന്നിട്ട് അയാൾ മയിലിനോടു പറഞ്ഞു:

''മയിലേ മയിലേ പൊന്മയിലേ,
നൃത്തംവെക്കുക മണിമയിലേ.''

പറഞ്ഞുതീരേണ്ട താമസം, ഭിത്തിയിൽ നിന്ന് മാന്ത്രികമയിൽ താഴേക്കിറങ്ങിവന്നു. എല്ലാവരും കാൺകെ അത് രസകരമായി നൃത്തം ചെയ്തു. ആളുകൾ സന്തോഷത്തെടെ കൈയടിച്ചു. അവർ ഷൂക്കിന് കൈനിറയെ പണം കൊടുക്കുകയും ചെയ്തു.

പണം കണ്ട് അന്ധാളിച്ചുനിൽക്കുന്ന ഷൂക്കിനോട് ഷാങ് പറഞ്ഞു: ''മയിലിനെ എപ്പോൾ വേണമെങ്കിലും നൃത്തം ചെയ്യിക്കാം. പക്ഷേ, ഒരാൾക്കുവേണ്ടിയും പ്രത്യേകമായി ഇതിനെ ആടിക്കരുത്.''

ഇത്രയും പറഞ്ഞിട്ട് ഷാങ് അവിടെനിന്ന് സ്ഥലംവിട്ടു.

താമസിയാതെ മാന്ത്രികമയിലിനെക്കുറിച്ചുള്ള വാർത്ത നാടെങ്ങും പരന്നു. നാടുവാഴുന്ന ചക്രവർത്തിയുടെ ചെവിയിലും ഈ വാർത്ത

എത്തി. മാന്ത്രിക മയിലിന്റെ നൃത്തം കാണാൻ അദ്ദേഹത്തിന് വല്ലാത്ത കൊതിയായി.

ഒരുദിവസം ചക്രവർത്തി ഒറ്റയ്ക്ക് വളരെ രഹസ്യമായി ഷൂക്കിന്റെ വീട്ടിലെത്തി. അദ്ദേഹം പറഞ്ഞു: ''ഷൂക്കിൻ, നിന്റെ മാന്ത്രിക മയിലിനെക്കുറിച്ച് അറിഞ്ഞിട്ടാണ് നാം ഇങ്ങോട്ടു വന്നത്. നമുക്കിപ്പോൾതന്നെ അതിന്റെ നൃത്തം കാണണം. ഇതാ, പാരിതോഷികം നേരത്തെ പിടിച്ചോളൂ.'' ചക്രവർത്തി ഒരു പണക്കിഴിയെടുത്ത് അയാളുടെ നേർക്ക് നീട്ടി.

ഷൂക്കിൻ ആ പണക്കിഴി ഏറ്റുവാങ്ങിട്ട് മയിലിനെക്കൊണ്ട് നൃത്തം ചെയ്യിച്ചു. സന്തോഷത്തോടെ ചക്രവർത്തി മടങ്ങിപ്പോയി.

അന്നു രാത്രിയായി. എവിടെയും നിലാവ് പരന്നൊഴുകി. അങ്ങകലെ നിന്ന് ഒരു പുല്ലാങ്കുഴൽ നാദം ഉയർന്നു കേൾക്കുന്നതായി ഷൂക്കിന് തോന്നി. താമസിയാതെ ആ ശബ്ദം അടുത്തടുത്തു വന്നു.

വെട്ടിത്തിളങ്ങുന്ന പട്ടുടുപ്പണിഞ്ഞ ഒരു ബാലൻ ഷൂക്കിന്റെ വീട്ടുമുറ്റത്തു വന്നു നിന്നു. മാന്ത്രികമയിൽ ഭിത്തിയിൽ നിന്നിറങ്ങി അവന്റെ തോളിൽ പറന്നിരുന്നു.

അയാൾക്ക് മാന്ത്രികമയിലിനെ സമ്മാനിച്ച ഷാങ് ആയിരുന്നു അത്.

ഷാങ് പറഞ്ഞു: ''കൊടുങ്കാറ്റും പേമാരിയുമുള്ള ഒരു രാത്രിയിൽ ഞാൻ താങ്കളുടെ വീട്ടിലെത്തിയത് ഓർക്കുന്നില്ലേ? വേഷം മാറി വന്ന ഒരു സ്വർഗ്ഗദൂതനായിരുന്നു ഞാൻ. കഷ്ടപ്പെടാതെ ജീവിക്കാനാണ് ഞാൻ താങ്കൾക്ക് മാന്ത്രികമയിലിനെ സമ്മാനിച്ചത്. എന്നാൽ എന്റെ വാക്ക് താങ്കൾ തെറ്റിച്ചു. ചക്രവർത്തിയുടെ പണക്കിഴി കണ്ടപ്പോൾ താങ്കൾ എന്റെ വാക്കു മറന്നു. അതുകൊണ്ട് ഞാൻ മയിലിനെതിരിച്ചുകൊണ്ടുപോകുന്നു.''

ഷാങ് മയിലിനേയും കൊണ്ട് അപ്രത്യക്ഷനായി. കൈയിൽ വന്ന ഐശ്വര്യം നഷ്ടപ്പെടുത്തിയതോർത്ത് ഷൂക്കിൻ പൊട്ടിക്കരഞ്ഞു.

■

സ്വർണ്ണക്കിളിയും മീൻപിടിത്തക്കാരനും

അറേബ്യയിൽ പണ്ട് ഒരു പാവപ്പെട്ട മീൻപിടിത്തക്കാരനുണ്ടായിരുന്നു. കാസിം എന്നായിരുന്നു അയാളുടെ പേര്.

ഒരു ദിവസം കാസിം പതിവുപോലെ മീൻ പിടിക്കാൻ പോയി. പൊരിവെയിലത്ത് വിശക്കുന്ന വയറോടെ അയാൾ വൈകുന്നതുവരെ വലവീശി. പക്ഷേ, ഒരൊറ്റ മീൻപോലും കിട്ടിയില്ല. അയാൾ വല്ലാതെ നിരാശനായി. അവസാനമായി ഒരു പരിശ്രമം കൂടി നടത്തിയിട്ട് മടങ്ങാമെന്ന് അയാൾ തീരുമാനിച്ചു.

വലിയ പ്രതീക്ഷയോടെ കാസിം തന്റെ വല ആഞ്ഞുവീശി. പക്ഷേ ഒരു ഗുണവുമുണ്ടായില്ല. വലയുടെ മൂട്ടിൽ ഒരു കൊച്ചു മീൻ മാത്രമുണ്ട്. ഇതിനെ വിറ്റിട്ട് എന്തുകിട്ടാൻ? അയാൾക്ക് നിരാശയും സങ്കടവും തോന്നി. കാസിം അതിനെ വലയിൽ നിന്നെടുത്ത് വെള്ളത്തിലേക്കെറിയാൻ ഭാവിച്ചു. അപ്പോഴാണ് ഒരു ശബ്ദം കേട്ടത്.

‘‘അരുത്, ഈ മത്സ്യത്തെ വെള്ളത്തിലേക്ക് വിടരുത്. ഇതെന്റെ ഇരയാണ്; എത്രയോ നേരമായി ഞാനിതിനെ പിന്തുടരുന്നു. ഇതിനെ എനിക്കു തരണം.’’

‘‘ആരാണത്?’’ കാസിം തലയുയർത്തി നോക്കി. അതാ, നദീതീരത്തുള്ള മരക്കൊമ്പിൽ ഒരു സ്വർണ്ണക്കിളി!

കാസിം പിന്നെ ഒന്നും ചിന്തിച്ചില്ല. ആ കൊച്ചു മീനിനെ സ്വർണ്ണക്കിളിക്കു കൊടുത്തു. അതിനു സന്തോഷമായി. കിളി പറഞ്ഞു.

‘‘ഏയ് മീൻപിടിത്തക്കാരാ, നീ സങ്കടപ്പെടേണ്ട. സ്വർണ്ണ ദ്വീപിലെ മാന്ത്രികക്കൊട്ടാരത്തിൽ വളരുന്ന സ്വർണ്ണക്കിളിയാണ് ഞാൻ. നിന്നെ ഞാൻ അനുഗ്രഹിക്കാം. നാളെ മുതൽ നിന്റെ വലയിൽ നിറയെ മീൻ കുടുങ്ങും.’’

''എനിക്കിതു വിശ്വസിക്കാൻ കഴിയുന്നില്ലല്ലോ. നേരാണോ നീ പറയുന്നത്?'' കാസിം സംശയത്തോടെ പക്ഷിയെ നോക്കി.

''നീ ഒട്ടും സംശയിക്കേണ്ട, നാളെ മുതൽ നീ ഉയർച്ചയിൽ നിന്ന് ഉയർച്ചയിലേക്കു കുതിക്കും. എപ്പോഴെങ്കിലും എന്നെ കാണണ മെങ്കിൽ 'സ്വർണ്ണക്കിളിയേ വർണ്ണക്കിളിയേ എന്നരികിൽ നീ വാവാവാ' എന്നു മൂന്നു വട്ടം പറഞ്ഞാൽ മതി.''

കാസിമിനെ അനുഗ്രഹിച്ചിട്ട് സ്വർണ്ണക്കിളി എവിടേക്കോ പറന്നു മറഞ്ഞു.

പിറ്റേന്ന് രാവിലെ കാസിം പതിവനുസരിച്ച് മീൻ പിടിക്കാൻ പോയി. ഹൗ, വല വീശേണ്ട താമസം, വല നിറയെ പിടയ്ക്കുന്ന മീനുകൾ! ഇങ്ങനെ ഓരോ ദിവസവും മീൻ കിട്ടിയതോടെ കാസിം വലിയ പണക്കാരനായി.

ഇതിനിടയിലാണ് ആ നാട്ടിലെ സുൽത്താന്റെ ഏക പുത്രനായ കമർരാജകുമാരന് ഒരു മാരകരോഗം പിടിപെട്ടത്. പല വൈദ്യന്മാരും

മാറിമാറി ചികിൽസിച്ചിട്ടും രോഗം ഭേദമായില്ല; അവസാനം വന്ന ഒരു വൈദ്യശിരോമണി പറഞ്ഞു:

''ഈ രോഗത്തിന് ഒരൊറ്റമൂലിയേ ഉള്ളൂ. അത് കണ്ടെത്തുക വളരെ ദുഷ്കരവുമാണ്.''

''എന്താണെങ്കിലും പറഞ്ഞോളൂ. അതുകൊണ്ടുവരാൻ നാം ഒരുക്കമാണ്.'' സുൽത്താൻ വാക്കുകൊടുത്തു.

''സ്വർണ്ണദ്വീപിൽ നിന്ന് ഇടയ്ക്കിടെ മാത്രം എത്തിച്ചേരാറുള്ള ഒരു സ്വർണ്ണക്കിളിയുണ്ട്. അതിന്റെ കരളെടുത്ത് ഒട്ടകപ്പാലിൽ അരച്ചു കൊടുത്താൽ ആ നിമിഷം രോഗം മാറും.'' വൈദ്യശിരോമണി അറിയിച്ചു.

അന്നുതന്നെ സുൽത്താന്റെ വിളംബരം നാടൊട്ടുക്കും മുഴങ്ങി. ''സ്വർണ്ണക്കിളിയെ പിടികൂടി കൊട്ടാരത്തിൽ എത്തിക്കുന്നവർക്ക് നാം നമ്മുടെ നാടിന്റെ പകുതി സമ്മാനമായി നൽകുന്നതാണ്.''

വിളംബരം കേട്ടതോടെ കാസിമിന് ആർത്തിപെരുത്തു.

പിറ്റേന്നു തന്നെ കാസിം സുൽത്താന്റെ കൊട്ടാരത്തിലെത്തി തന്റെ മനസ്സിലിരിപ്പ് അറിയിച്ചു.

''സ്വർണ്ണക്കിളിയെ പിടികൂടാൻ അടിയനു കഴിയും. അങ്ങ് നൂറു ഭടന്മാരെ എന്നോടൊപ്പം അയച്ചാൽ മാത്രം മതി.''

''ബലേഭേഷ്... ആരവിടെ? നൂറു ഭടന്മാരെ ഇയാളോടൊപ്പം ഇപ്പോൾത്തന്നെ അയക്കൂ.'' സുൽത്താൻ കല്പിച്ചു.

കാസിമും ഭടന്മാരും ഒട്ടും വൈകാതെ നീലനദിയുടെ തീരത്തേക്കു പുറപ്പെട്ടു. അവിടെ എത്തിയപ്പോൾ അയാൾ ഭടന്മാരോടു പറഞ്ഞു: ''നിങ്ങളെല്ലാവരും ഇക്കാണുന്ന കുറ്റിക്കാടുകളിൽ ഒളിച്ചിരിക്കണം. ഞാൻ സ്വർണ്ണക്കിളിയെ എന്റെ അരികിലേക്കു വിളിച്ചുവരുത്താം. നിങ്ങൾ ചുറ്റിലും നിന്ന് ഓടിവന്ന് പിടിച്ചുകെട്ടണം.''

''ഓഹോ, അക്കാര്യം ഞങ്ങളേറ്റു.'' ഭടന്മാർ അപ്പോൾത്തന്നെ തീരത്തുള്ള കുറ്റിക്കാടുകളിൽ കയറി ഒളിച്ചു.

എല്ലാം ഒരുങ്ങിയെന്നു കണ്ടപ്പോൾ കാസിം സ്വർണ്ണക്കിളിയെ വിളിക്കാൻ തുടങ്ങി.

''സ്വർണ്ണക്കിളിയേ വർണ്ണക്കിളിയേ എന്നരികിൽ നീ വാ വാ വാ!''

മൂന്നുവട്ടം വിളിച്ചതോടെ സ്വർണ്ണക്കിളി പാറിവന്ന് കാസിമിന്റെ അരികിലിരുന്നു.

‘‘എന്തു സഹായമാണ് ഞാൻ ചെയ്യേണ്ടത്?’’ സ്വർണ്ണക്കിളി സ്നേഹപൂർവ്വം ആരാഞ്ഞു. പക്ഷേ അയാൾ ഒന്നും മിണ്ടാതെ നിന്നിട്ട് സൂത്രത്തിൽ ഓടിച്ചെന്ന് കിളിയുടെ കാലിൽ പിടികൂടി.

പെട്ടെന്ന് കാസിമിനേയും കൊണ്ട് സ്വർണ്ണക്കിളി മേലോട്ടുയർന്നു.

‘‘അയ്യോ... രക്ഷിക്കണേ, രക്ഷിക്കണേ... ഓടിവരണേ...’’ കാസിം ഉറക്കെ നിലവിളിച്ചു. ഉടനെ ഒരു ഭടൻ ഓടിവന്ന് കാസിമിന്റെ കാലിൽ തൂങ്ങി. അയാളും മേലോട്ടുയരാൻ തുടങ്ങി. ഇതുകണ്ട് മറ്റൊരു ഭടൻ ഓടിവന്ന് കാലിൽ കടന്നുപിടിച്ചു. ഹയ്യട! അയാളും മേലോട്ടു പോയി. ഇങ്ങനെ അവിടെയുണ്ടായിരുന്ന നൂറു ഭടന്മാരും ഒരുപോലെ കാലിൽ തൂങ്ങിയാടി.

അവരെയും കൊണ്ട് സ്വർണ്ണക്കിളി പറന്നു പറന്ന് മേഘലകൾക്കിടയിലൂടെ എവിടെയോ മറഞ്ഞു. പിന്നിട് അത്യാഗ്രഹിയായ കാസിമിനേയും അയാളുടെ സഹായികളേയും ആരും കണ്ടിട്ടില്ല.

അത്യാഗ്രഹികൾക്ക് എന്നും നാശമേ വരൂ. ■

സന്ന്യാസിയപ്പൂപ്പന്റെ മാന്ത്രികവടി

ഒരിക്കൽ ഒരു സന്ന്യാസിയപ്പൂപ്പൻ ഒരു തെരുവിലൂടെ നടന്നു പോവുകയായിരുന്നു. അപ്പോൾ വഴിവക്കത്തിരുന്ന് തീരെ അവശനായ ഒരു പിച്ചക്കാരൻ കൈകൾ നീട്ടി പറഞ്ഞു:

''സ്വാമീ, പട്ടിണികെടന്നു ചാവാറായി. വല്ലതും തരണേ.''

സന്ന്യാസിയപ്പൂപ്പൻ അയാളെ സൂക്ഷിച്ചുനോക്കി. പാവം മനുഷ്യൻ. ശരീരത്തിൽ എല്ലും തോലും മാത്രമേയുള്ളൂ. അദ്ദേഹത്തിന് അയാളോട് എന്തെന്നില്ലാത്ത അനുകമ്പതോന്നി.

സന്ന്യാസിയപ്പൂപ്പൻ ആ പിച്ചക്കാരനെ തന്റെ ആശ്രമത്തിലേക്ക് കൂട്ടിക്കൊണ്ടുപോയി. അയാൾക്ക് നല്ല വസ്ത്രവും വയറുനിറയെ ആഹാരവും കൊടുത്തു. അയാൾക്ക് സന്തോഷമായി. അതുകണ്ട് സന്ന്യാസിയപ്പൂപ്പൻ പറഞ്ഞു:

''താങ്കൾ ഇനി ഇവിടെ താമസിച്ചോളൂ. എങ്ങും തെണ്ടിയലഞ്ഞു നടക്കേണ്ട.''

പിച്ചക്കാരൻ അതനുസരിച്ചു. അന്നുമുതൽ ആശ്രമത്തിലെ കന്നുകാലികളെ മേയ്ക്കുന്ന ജോലി അയാളെ ഏൽപ്പിച്ചു. അയാൾ എല്ലാം നന്നായിത്തന്നെ ചെയ്തു. ഇതു മനസ്സിലാക്കിയ സന്ന്യാസിയപ്പൂപ്പൻ താമസിയാതെ അയാളെ ആശ്രമത്തിലെ കാര്യസ്ഥനായി നിയമിച്ചു. അപ്പോൾ ഒരുകാര്യം ഓർമ്മിപ്പിച്ചു:

''ചങ്ങാതീ, എനിക്ക് ഏറ്റവും നിർബന്ധമുള്ള ഒരു ശീലമുണ്ട്, അനുസരണം. അതു നന്നായി പാലിക്കണം. അനുസരണയില്ലാത്തവരോട് എനിക്കെന്നും വെറുപ്പാണ്.''

സന്ന്യാസിയപ്പൂപ്പൻ പറഞ്ഞതെല്ലാം അയാൾ കൃത്യമായി അനുസരിച്ചു.

നല്ല പെരുമാറ്റം കണ്ട് സന്ന്യാസിയപ്പൂപ്പൻ ആശ്രമത്തിന്റെ സകല

ചുമതലകളും കാലക്രമത്തിൽ അയാളെ ഏൽപ്പിച്ചു. അപ്പോഴും അദ്ദേഹം ഒരു കാര്യം ഓർമിപ്പിച്ചു.

''ചങ്ങാതീ, ഈ ആശ്രമത്തിൽ താങ്കൾക്ക് എല്ലാ സ്വാതന്ത്ര്യവുമുണ്ട്. എങ്കിലും ഇതിന്റെ വടക്കേഅറ്റത്തുള്ള കൊച്ചുമുറിയിൽ ഒരു കാരണവശാലും കടക്കരുത്.''

''ഇല്ല സ്വാമീ, ഇല്ല. ഞാൻ അങ്ങയുടെ വാക്ക് ശരിക്കും പാലിച്ചോളാം.'' അയാൾ ഉറപ്പുകൊടുത്തു.

''ആ ചെറിയ മുറിയിൽ കയറാൻ എനിക്കു മാത്രമേ അധികാരമുള്ളൂ. തലമറന്ന് എണ്ണ തേച്ചാൽ എല്ലാം കുഴപ്പത്തിലാകും.'' സന്ന്യാസിയപ്പൂപ്പൻ മുന്നറിയിപ്പു നൽകി.

''അങ്ങ് പറയുന്നതല്ലാതെ, മറ്റൊന്നും ഞാൻ ചെയ്യില്ല. ഇത് സത്യം സത്യം സത്യം.'' അയാൾ ആണയിട്ടു പറഞ്ഞു.

ദിവസങ്ങൾ കടന്നുപോയി. ഒരിക്കൽ സന്ന്യാസിയപ്പൂപ്പൻ കാശിയിലേക്ക് ഒരു തീർത്ഥയാത്രയ്ക്കു പോയി. എല്ലാ ചുമതലകളും കാര്യസ്ഥനെ ഏൽപിച്ചിട്ടാണ് അദ്ദേഹം യാത്ര തിരിച്ചത്.

സന്ന്യാസിയപ്പൂപ്പൻ ആശ്രമം വിട്ടതോടെ പഴയ പിച്ചക്കാരന്റെ ഭാവം മാറി. വടക്കേ അറ്റത്തെ കൊച്ചുമുറിയിൽ കടക്കരുതെന്നു പറഞ്ഞതിന്റെ രഹസ്യമറിയാൻ അയാൾക്കു തിടുക്കമായി. അതിനകത്ത് വിലപിടിച്ച സ്വർണ്ണക്കട്ടികളോ രത്നങ്ങളോ ഒളിച്ചുവച്ചിട്ടുണ്ടാകുമെന്ന് അയാൾ വിശ്വസിച്ചു. അങ്ങനെയെങ്കിൽ സന്ന്യാസിയപ്പൂപ്പൻ തിരിച്ചെത്തും മുമ്പ് അതെല്ലാം എടുത്ത് സ്ഥലം വിടുക തന്നെ. അയാൾ നിശ്ചയിച്ചു.

ഒരു ദിവസം രാവിലെ അയാൾ ആ കൊച്ചുമുറിയുടെ പൂട്ട് കത്തിപ്പൊളിച്ച് അകത്തുകടന്നു.

മുറിയുടെ നടുവിൽ ഒരു പീഠത്തിനുമേൽ ഒരു പൊന്നിന്റെ വടിയിരിക്കുന്നതു അയാൾ കണ്ടു. ''ഹായ്, താൻ ജയിച്ചിരിക്കുന്നു. ഈ വിലയേറിയ സ്വർണ്ണവടി വിറ്റ് താൻ വലിയ ധനികനാകും.'' അയാൾ സന്തോഷം കൊണ്ട് തുള്ളിച്ചാടി.

ആർത്തിയോടെ ഓടിച്ചെന്ന് അയാൾ ആ സ്വർണ്ണവടി കൈയിലെടുത്തു. അത്ഭുതം! പെട്ടെന്ന് ആ വടി ഏഴുതലയുള്ള ഒരു സർപ്പമായി മാറി. ആ നിമിഷം തന്നെ സർപ്പം അയാളെ വരിഞ്ഞുമുറുക്കാൻ തുടങ്ങി. അയാൾ ഉറക്കെ കരഞ്ഞു:

''അയ്യോ... രക്ഷിക്കണേ... രക്ഷിക്കണേ...''

കരച്ചിൽ കേട്ട് ആശ്രമത്തിലെ അന്തേവാസികൾ അവിടേക്ക് ഓടിയെത്തി. പക്ഷേ ആരും ആ കൊച്ചുമുറിക്കുള്ളിൽ കടന്നില്ല. സന്ന്യാസിയപ്പൂപ്പൻ തന്റെ മാന്ത്രികശക്തിയുള്ള പൊൻവടി സൂക്ഷിക്കുന്ന രഹസ്യമുറിയായിരുന്നു അത്.

''രക്ഷിക്കണേ... സർപ്പം എന്നെ കൊല്ലുന്നേ...'' അയാൾ വീണ്ടും വിളിച്ചുകൂവി. പക്ഷേ ആർക്കും അയാളെ രക്ഷിക്കാൻ കഴിഞ്ഞില്ല.

സന്ന്യാസിയപ്പൂപ്പന്റെ ഉപദേശം അനുസരിക്കാതിരുന്നതുകൊണ്ടാണ് തനിക്ക് ഈ ഗതികേടു വന്നതെന്ന് അയാൾക്ക് മനസ്സിലായി. പക്ഷേ എന്തുചെയ്യാം? സർപ്പത്തിന്റെ പിടിയിൽ നിന്ന് ആ അത്യാഗ്രഹിക്ക് രക്ഷപ്പെടാൻ കഴിഞ്ഞില്ല.

■

പഞ്ചകല്യാണിയും തവളക്കുട്ടനും

വഞ്ചിയൂരിലെ പഞ്ചുമഹാരാജാവിന്റെ മകളായിരുന്നു പഞ്ചകല്യാണി.

പഞ്ചകല്യാണി ഒരു ദിവസം തോഴിമാരുമൊത്ത് തൊട്ടടുത്ത കാട്ടിൽ പന്തുകളിക്കാൻ പോയി. കളിക്കുന്നതിനിടയിൽ പഞ്ചകല്യാണിയുടെ സ്വർണ്ണപ്പന്ത് തെറിച്ച് കുളത്തിൽ വീണു. പഞ്ചകല്യാണിയും തോഴിമാരും എത്ര ശ്രമിച്ചിട്ടും പന്തെടുക്കാൻ കഴിഞ്ഞില്ല.

പഞ്ചകല്യാണി അവിടെനിന്ന് ഉറക്കെ കരയാൻ തുടങ്ങി. അതു കേട്ട് ഒരു തവള ചാടിച്ചാടി അവിടെയെത്തി.

''കുമാരീ, എന്താ കരയുന്നത്?'' തവളക്കുട്ടൻ ചോദിച്ചു.

അപ്പോൾ പഞ്ചകല്യാണി പറഞ്ഞു. ''എന്റെ സ്വർണ്ണപ്പന്ത് കുളത്തിൽ വീണു. അതൊന്ന് എടുത്തു തരാമോ?''

ഇതുകേട്ട് തവളക്കുട്ടൻ ചോദിച്ചു: ''പന്ത് എടുത്തു തരാം. പക്ഷേ, എനിക്കെന്തു തരും?''

''ഞാൻ നിനക്ക് കൈ നിറയെ പൊന്നും പണവും തരാം.'' പഞ്ചകല്യാണി പറഞ്ഞു.

അപ്പോൾ തവളക്കുട്ടൻ പറഞ്ഞു. ''അതൊന്നും വേണ്ട. എന്നെ കൂടി നിന്റെ കൊട്ടാരത്തിൽ താമസിപ്പിച്ചാൽ മതി.''

''ശരി, എങ്കിൽ വേഗം പന്തെടുത്തു താ.''

ഇതുകേട്ട ഉടനെ തവളക്കുട്ടൻ കുളത്തിൽ നിന്നും സ്വർണ്ണപ്പന്തെടുത്തു കൊടുത്തു.

പെട്ടെന്ന് അതു തട്ടിപ്പറിച്ചുകൊണ്ട് പഞ്ചകല്യാണി കൊട്ടാരത്തിലേക്കോടി. തവളക്കുട്ടൻ വിളിച്ചിട്ടൊന്നും അവൾ ഗൗനിച്ചില്ല. എന്നാൽ രാത്രിയിൽ കൊട്ടാര വാതിൽക്കൽ 'ടും ടും. ടും...' എന്നൊരു മുട്ടുകേട്ടു.

പഞ്ചകല്യാണി ഓടിച്ചെന്ന് വാതിൽ തുറന്നപ്പോൾ അണിഞ്ഞൊരുങ്ങി വന്നു നിൽക്കുന്ന തവളക്കുട്ടനെയാണു കണ്ടത്. അവൾ പെട്ടെന്നു വാതിലടച്ച് കുറ്റിയിട്ടിട്ട് ഓടിപ്പോയി.

പഞ്ചകല്യാണിയുടെ ഓട്ടം കണ്ട പഞ്ചുമഹാരാജാവു ചോദിച്ചു.

''എന്താ മോളേ, പേടിച്ചോടിയത്?''

''അച്ഛാ, അതൊരു മാക്രിയാണ്. എന്റെ സ്വർണ്ണപ്പന്തു കുളത്തിൽ വീണപ്പോൾ മുങ്ങിയെടുത്തത് അവനാണ്. അതിനുപകരമായി അവനെ കൊട്ടാരത്തിൽ പാർപ്പിക്കണമത്രെ.'' പഞ്ചകല്യാണി പുച്ഛത്തോടെ പറഞ്ഞു.

''കൊട്ടാരത്തിൽ പാർപ്പിക്കാമെന്ന് നീ അവനു വാക്കുകൊടുത്തിട്ടുണ്ടോ? ഉണ്ടെങ്കിൽ പാർപ്പിക്കണം.'' മഹാരാജാവ് നിർബന്ധം പിടിച്ചു.

അദ്ദേഹം പഞ്ചകല്യാണിയോട് വേഗം വാതിൽ തുറന്നുകൊടുക്കാൻ ആവശ്യപ്പെട്ടു. പഞ്ചകല്യാണി മനസ്സില്ലാമനസ്സോടെ കൊട്ടാരവാതിൽ തുറന്നു.

തവളക്കുട്ടൻ സന്തോഷത്തോടെ ചാടിച്ചാടി ഊണുമുറിയിലേക്കു ചെന്നു. എന്നിട്ടു പറഞ്ഞു:

''കുമാരീ, എനിക്കു വല്ലാതെ വിശക്കുന്നു.''

പഞ്ചകല്യാണി ഒരിലയിൽ ചോറും കറികളും വിളമ്പി. തവളക്കുട്ടൻ അതെല്ലാം തിന്നു തീർത്തു.

ഉറക്കം വന്നപ്പോൾ പഞ്ചകല്യാണിയുടെ മുറിയിൽത്തന്നെ ഒരു കിടക്ക വിരിച്ചു കൊടുക്കണമെന്ന് ആവശ്യപ്പെട്ടു.

മനസ്സില്ലാമനസ്സോടെ പഞ്ചകല്യാണി തന്റെ മുറിയിൽ ഒരു പഞ്ഞിക്കിടക്ക വിരിച്ചുകൊടുത്തു.

എന്നാൽ നേരം പുലർന്നപ്പോൾ തവളക്കുട്ടനെ അവിടെ കണ്ടില്ല. തവളക്കുട്ടൻ പോയതായിരിക്കുമെന്നു കരുതി പഞ്ചകല്യാണി ആശ്വസിച്ചു.

പക്ഷേ, പിറ്റേന്നു രാത്രിയിലും തവളക്കുട്ടൻ കൊട്ടാരത്തിലെത്തി. പഞ്ചകല്യാണിയുടെ മുറിക്കകത്തുള്ള കിടക്കയിൽ ചെന്നു കിടന്നുറങ്ങി.

എന്നാൽ പിറ്റേന്നു നേരം പുലർന്നപ്പോഴേക്കും തവളക്കുട്ടൻ അപ്രത്യക്ഷനായി. ഇങ്ങനെ മൂന്നു ദിവസം കഴിഞ്ഞു.

നാലാം ദിവസം രാവിലെ കണ്ണുതുറന്നു നോക്കിയപ്പോൾ തവളക്കുട്ടൻ തന്റെ കിടക്കയ്ക്കരികിലിരുന്നു ചിരിക്കുന്നതാണ് പഞ്ചകല്യാണി കണ്ടത്. അവൾ പേടിച്ച് ഉറക്കെ കരയാൻ തുടങ്ങി.

അപ്പോൾ തവളക്കുട്ടൻ താഴേക്കൊരു ചാട്ടം. താഴത്തുവീണ ആ നിമിഷത്തിൽത്തന്നെ തവളക്കുട്ടൻ അതിസുന്ദരനായ ഒരു രാജകുമാരനായി മാറി.

പഞ്ചകല്യാണി അതിശയത്തോടെ ആ രാജകുമാരനെ നോക്കിയിരുന്നു. രാജകുമാരൻ പറഞ്ഞു. ''പഞ്ചകല്യാണീ, ഞാൻ ഒരു രാജകുമാരനാണ്. ഒരു മന്ത്രവാദിനി എന്നെ ശപിച്ച് തവളയാക്കി. ഒരു കൊട്ടാരത്തിൽ മൂന്നു ദിവസം ഉറങ്ങിയാൽ ശാപമോക്ഷം കിട്ടുമെന്ന് അവർ പറഞ്ഞിരുന്നു.''

ഇതുകേട്ട പഞ്ചകല്യാണി അച്ഛന്റെ അടുത്തേക്കോടി. പഞ്ചു മഹാരാജാവിനും ആ വാർത്ത കേട്ടപ്പോൾ സന്തോഷമായി. അദ്ദേഹം ആ രാജകുമാരന് പഞ്ചകല്യാണിയെ കല്യാണം കഴിച്ചുകൊടുത്തു.

■

ഞൊണ്ടിയമ്മയും പുലിയച്ഛനും

ആലത്തൂരങ്ങാടിയിലെ ആശാരിരാമന് അമ്പത്തൊന്ന് ആടുകളുണ്ടായിരുന്നു. അമ്പത്തൊന്നിൽ ഒരെണ്ണം ഞൊണ്ടിയായിരുന്നു. ഞൊണ്ടിയെ എല്ലാവരും 'ഞൊണ്ടിയമ്മ' എന്നാണ് വിളിച്ചിരുന്നത്.

ഞൊണ്ടിയമ്മയെ ആലയിൽ നിർത്തിയിട്ട് ബാക്കി അമ്പതു പേരും തീറ്റയന്വേഷിച്ച് നിത്യവും രാവിലെ കാട്ടിലേക്ക് പുറപ്പെടും. കാട്ടിൽ നിന്നും തിരിച്ചുവരുമ്പോൾ ഓരോരുത്തരും ഓരോ ഇല കൊണ്ടുവന്ന് ഞൊണ്ടിയമ്മയ്ക്കു കൊടുക്കും.

വളർന്നു വലുതായപ്പോൾ അവർ കൊടുക്കുന്ന ഓരോ ഇല കൊണ്ട് ഞൊണ്ടിയമ്മയുടെ വയറു നിറയാതെ വന്നു. മറ്റുള്ളവരെപ്പോലെ കാട്ടിൽപ്പോയി പുല്ലും ഇലകളും തിന്നാൻ ഞൊണ്ടിയമ്മയ്ക്കും കൊതിയായി.

ഒരു ദിവസം ഞൊണ്ടിയമ്മ കൂട്ടുകാരോടു ചോദിച്ചു:

''ചങ്ങാതികളേ ചങ്ങാതികളേ
ഞാനും കൂടെ പോരട്ടോ?''

ഇതു കേട്ടപ്പോൾ കൂട്ടുകാരെല്ലാം ഒരേ സ്വരത്തിൽ പറഞ്ഞു:

''ഞൊണ്ടിപ്പെണ്ണേ, മണ്ടിപ്പെണ്ണേ
കാട്ടിൽ നിറയെ മുള്ളുണ്ട്!''

മുള്ളുണ്ടെന്നു കേട്ടിട്ടും ഞൊണ്ടിയമ്മയ്ക്കു പേടിയൊന്നും തോന്നിയില്ല. അവൾ പറഞ്ഞു:

''മുള്ളുകളൊന്നും കൊള്ളാതേ ഞാൻ
പയ്യെപ്പയ്യെ നടന്നോളാം.''

പക്ഷേ കൂട്ടുകാർ അവളെ വീണ്ടും പേടിപ്പെടുത്തി:

''ഇടിയും മഴയും വന്നു കഴിഞ്ഞാൽ
ഓടിപ്പോകുവതെങ്ങനെ നീ?''

അവൾ ഒട്ടും കൂസാതെ പറഞ്ഞു:

''ഇടിയും മഴയും വന്നെന്നാൽ ഞാൻ
ഓടിച്ചാടിപ്പോന്നോളാം.''

ഞൊണ്ടിയമ്മയുടെ നിർബന്ധം മൂത്തപ്പോൾ കൂട്ടുകാർ അവളെ തങ്ങളുടെ കൂടെ കാട്ടിലേക്കു കൊണ്ടുപോയി.

കാട്ടിലെ പച്ചത്തളിരുകളും പച്ചപ്പുല്ലും കണ്ട് ഞൊണ്ടിയമ്മ വളരെ സന്തോഷിച്ചു.

പക്ഷേ വൈകുന്നരമായപ്പോൾ കാര്യമാകെ കുഴപ്പത്തിലായി. മാനം പെട്ടെന്ന് ഇരുണ്ടു. ഇടിയും മഴയും തകർക്കാൻ തുടങ്ങി.

ആടുകളെല്ലാം ആർത്തുവിളിച്ചുകൊണ്ട് ആശാരിരാമന്റെ ആലയെ ലക്ഷ്യമാക്കി പാഞ്ഞു. പാവം ഞൊണ്ടിയമ്മയും അവരുടെ പിന്നാലെ ഓടി.

വഴിക്ക് ഒരു വലിയ തോടുണ്ടായിരുന്നു. ആടുകളെല്ലാം തോടു ചാടിക്കടന്ന് അക്കരെയെത്തി.

പിന്നാലെ വന്ന ഞൊണ്ടിയമ്മയും ആഞ്ഞ് ഒരു ചാട്ടം ചാടി. പക്ഷേ ഞൊണ്ടിയമ്മയക്ക് അക്കരെയെത്താൻ കഴിഞ്ഞില്ല. അവൾ തോടിന്റെ നടുവിൽ ചെന്നുവീണു.

നിലയില്ലാത്ത വെള്ളത്തിലൂടെ ഞൊണ്ടിയമ്മ ഒഴുകിപ്പോയി. ഒഴുകിപ്പോകുന്നതിനിടയിൽ അവൾ ഏഴു മുങ്ങുമുങ്ങി. ഓരോ മുങ്ങിനും അവൾക്ക് ഓരോ സാധനങ്ങൾ കിട്ടി.

ഒന്നാം മുങ്ങിന് – ചെമ്പുകിട്ടീ

രണ്ടാം മുങ്ങിന് – ചെണ്ടകിട്ടീ

മൂന്നാം മുങ്ങിന് – തോട്ടികിട്ടീ

നാലാം മുങ്ങിന് – പെട്ടികിട്ടീ

അഞ്ചാം മുങ്ങിന് – വഞ്ചികിട്ടീ

ആറാം മുങ്ങിന് – വാളുകിട്ടീ

ഏഴാം മുങ്ങിന് – കോഴികിട്ടീ

കിട്ടിയതെല്ലാം കൈയിൽ ഒതുക്കിപ്പിടിച്ചുകൊണ്ട് ഞൊണ്ടിയമ്മ നീന്തി നീന്തി അക്കരെയുള്ള ഒരു പുലിമടയ്ക്കരികിലെത്തി. പുലിമടയിൽ പുലിയച്ചനില്ലാത്ത നേരമായിരുന്നു. ഞൊണ്ടിയമ്മ പുലിമടയിൽ കയറി വാതിലടച്ചു.

കാട്ടിൽ ഇരതേടാൻ പോയ പുലിയച്ചൻ തിരിച്ചുവന്നപ്പോൾ അതിശയിച്ചു. തന്റെ മടയ്ക്കകത്തുകയറി ഇത്ര ധൈര്യം കാണിക്കാൻ ആരാണ് ഒരുമ്പെടുക? പുലിയച്ചൻ ദേഷ്യത്തിൽ ഉറക്കെ ചോദിച്ചു:

''പുലിമടയിൽ ആരെടാ?''

''പുലിമടയിൽ ഞാനെടാ!''

അകത്തുനിന്നും ഞൊണ്ടിയമ്മ തട്ടിവിട്ടു.

''ഞാനോ... പേരു പറയ്?''

''എന്നെ മനസ്സിലായില്ലേ? ഞാനാണ് ഞൊണ്ടിയമ്മ.''

ഞൊണ്ടിയമ്മ അകത്തുനിന്ന് ഉറക്കെ പറഞ്ഞു.

''പുറത്തു പുലിയാണ്; പുലി.''

''ഹഹഹ... പുലിയോ... പുലിയെ എന്റെ വാലിൽ തുമ്പത്ത് കെട്ടാനില്ലല്ലോ.'' ഞൊണ്ടിയമ്മ മുഴങ്ങുന്ന സ്വരത്തിൽ പറഞ്ഞു.

''അത്ര ഭയങ്കരിയാണെങ്കിൽ നിന്റെ കാലൊന്നു കാണട്ടെ?'' പുലിയച്ചൻ ആവശ്യപ്പെട്ടു. അപ്പോൾ ഞൊണ്ടിയമ്മ തന്റെ കൈയിലിരുന്ന തോട്ടിയെടുത്തു നീട്ടി.

പുലിയച്ചൻ ഭയന്നു, അവൻ തന്നെത്താൻ പറഞ്ഞു:

''ഹയ്യോ... ഇതൊരു പെരുങ്കാലാണല്ലോ! എങ്കിൽ നിന്റെ തല യൊന്നു കാണട്ടെ?''

ഞൊണ്ടിയമ്മ വേഗം ചെമ്പെടുത്ത് കാണിച്ചുകൊടുത്തു. പുലിയച്ചൻ പറഞ്ഞു:

''അമ്പോ... ഇതൊരു പെരുന്തലയാണല്ലോ.''

''എങ്കിൽ നിന്റെ വയറൊന്നു കാണട്ടെ?'' ഞൊണ്ടിയമ്മ വേഗം വഞ്ചിയുടെ അടിഭാഗം പൊക്കികാണിച്ചു. പുലിയച്ചൻ പറഞ്ഞു:

''അമ്പോ... ഇതൊരു പെരുവയറാണല്ലോ, എങ്കിൽ നിന്റെ മുതു കൊന്നു കാണട്ടെ.'' ഞൊണ്ടിയമ്മ വേഗം പെട്ടി പൊക്കിക്കാണിച്ചു.

''ഹേ... ഇതൊരു വമ്പൻ മുതുകാണല്ലോ! എങ്കിൽ നിന്റെ കാലിന്റെ നഖമൊന്നു കാണട്ടെ?''

ഞൊണ്ടിയമ്മ വാളിന്റെ മുന കാണിച്ചുകൊടുത്തു.

പുലിയച്ചൻ പറഞ്ഞു:

''അമ്പമ്പോ! ഇതൊരു കൂറ്റൻ നഖമാണല്ലോ! എങ്കിൽ നിന്റെ ഒച്ചയൊന്നു കേൾക്കട്ടെ?''

ഞൊണ്ടിയമ്മ വേഗം ചെണ്ട കൈയിലെടുത്ത് ആഞ്ഞുകൊട്ടാൻ തുടങ്ങി. ഒപ്പം കോഴിയുടെ കഴുത്തുപിടിച്ച് പിരിക്കുകയും ചെയ്തു. രണ്ടുംകൂടിയായപ്പോൾ ആരും നടുങ്ങുന്ന ഒരു ഭയങ്കര സ്വരമായി മാറി!

രാക്ഷസിയെപ്പോലും വെല്ലുന്ന ഈ ഭീകര ജന്തു പുറത്തേക്കു വന്നാൽ തന്നെ അപ്പാടെ വിഴുങ്ങുമെന്ന് പുലിയച്ചൻ ഭയന്നു.

അവൻ ഉറക്കെ കരഞ്ഞുകൊണ്ടു പറഞ്ഞു:

''അയ്യോന്റമ്മേ... എന്നെ വിഴുങ്ങരുതേ! ഞാനിപ്പൊത്തന്നെ ഇവി ടന്നു പൊയ്ക്കോളാമേ...''

പുലിയച്ചൻ 'ധടുപടു'വെന്ന് ഓടിപ്പോകുന്ന ശബ്ദം ഞൊണ്ടിയമ്മ കേട്ടു. അവൾ പതുക്കെ വാതിൽ തുറന്നുനോക്കി. അതാ, അവൻ വാലും ചുരുട്ടി തിരിഞ്ഞു നോക്കാതെ ഓടുകയാണ്.

■

മുനിയമ്മാവനും താറാവമ്മയും

കോഴിശ്ശേരി തറവാട്ടിൽ ഒരു കുട്ടത്തിക്കോഴിയും താറാശ്ശേരി ഇല്ലത്ത് ഒരു താറാവമ്മയും പാർത്തിരുന്നു. കുട്ടത്തിക്കോഴി വലിയ പൊങ്ങച്ച ക്കാരിയും പൊല്ലാപ്പുകാരിയും ആയിരുന്നു. എന്നാൽ താറാവമ്മ യാകട്ടെ, നല്ല എളിമയുള്ളവളും സൽസ്വഭാവിയുമായിരുന്നു.

അന്നൊരിക്കൽ കോഴിശ്ശേരി തറവാട്ടിൽ കുറേ വിരുന്നുകാർ വന്നു. അത്താഴസദ്യകഴിഞ്ഞപ്പോൾ വീട്ടിലെ കാരണവർ പറഞ്ഞു:

‘‘ഇന്നത്തെ ഊണ് ഉദ്ദേശിച്ചതുപോലെ ഭംഗിയായില്ല. നാളെ രാവിലെ കോഴിയിറച്ചീം പത്തിരീം തയ്യാറാക്കാം.’’

കാരണവരുടെ ഈ സംസാരം കൂട്ടിൽക്കിടന്ന കുട്ടത്തിക്കോഴി കേട്ടു. അവളുടെ നെഞ്ച് ‘പട പടാ’ന്ന് ഇടിച്ചു. രാത്രിയിൽ വീട്ടുകാർ തന്നെ കൊല്ലുമെന്ന് അവൾക്ക് ബോധ്യമായി.

കുട്ടത്തിക്കോഴി കൂടിന്റെ വിടവിലൂടെ പുറത്തിറങ്ങി താറാശ്ശേരി ഇല്ലത്തേക്കു നടന്നു. താറാവമ്മയേയും കൂട്ടി കാട്ടിലേക്ക് ഒളിച്ചോടി പ്പോകാൻ അവൾ തീരുമാനിച്ചു.

അല്പം മടിച്ചു നിന്നെങ്കിലും ഒടുവിൽ താറാവമ്മ കുട്ടത്തിക്കോഴി യൊടൊപ്പം പുറപ്പെട്ടു. യാത്രയ്ക്കിടയിൽ കുട്ടത്തിക്കോഴി തന്റെ സാമർത്ഥ്യത്തെപ്പറ്റിയും പറക്കാനുള്ള കഴിവിനെക്കുറിച്ചും വീമ്പിള ക്കുകയായിരുന്നു. അവൾ വലിയ ഗമയോടെ പറഞ്ഞു:

‘‘എനിക്ക് വിമാനംപറക്കും പോലെ ആകാശത്തിൽകൂടി പാഞ്ഞു പോകാനറിയാം.’’

‘‘എങ്കിൽ അതൊന്നു കാണട്ടെ?’’ താറാവമ്മ അവശ്യപ്പെട്ടു.

പറഞ്ഞുതീരേണ്ട താമസം, കുട്ടത്തിക്കോഴി തത്തിപ്പറന്ന് തൊട്ടടുത്തുള്ള അരയാലിന്റെ ഉണക്കക്കൊമ്പിൽ കേറിയിരുന്നു. പെട്ടെന്നു കൊമ്പൊടിഞ്ഞ് കുട്ടത്തിക്കോഴി ‘പ്ധും...’ എന്നൊരു

വീഴ്ച. വീണതോ? അരയാലിന്റെ ചോട്ടിലിരുന്ന് തപസ്സു ചെയ്തിരുന്ന ഒരു മുനിയമ്മാവന്റെ തലയിൽ!

മുനിയമ്മാവൻ ഞെട്ടിപ്പിടഞ്ഞ് കണ്ണുതുറന്നു. അപ്പോൾ കണ്ടത് മുന്നിൽ പതുങ്ങിനിൽക്കുന്ന പാവം താറാവമ്മയെയാണ്.

തന്ത്രശാലിയായ കുട്ടത്തിക്കോഴി ഇതിനിടയിൽ എവിടെയോ ഓടിഒളിച്ചിരുന്നു. തന്റെ തപസ്സിന് തടസ്സമുണ്ടാക്കിയത് താറാവമ്മയാണെന്ന് മുനിയമ്മാവൻ തെറ്റിദ്ധരിച്ചു. അദ്ദേഹം ദേഷ്യത്തോടെ താറാവമ്മയെ ശപിച്ചു.

''എടീ, നിനക്ക് ഒരിക്കലും കുഞ്ഞുങ്ങളെ വിരിയിക്കാനും കാത്തുപോറ്റാനും കഴിവില്ലാതെ വരട്ടെ!''

ഈ ഉഗ്രശാപം കേട്ട് താറാവമ്മ നടുങ്ങിപ്പോയി. സങ്കടം കൊണ്ട് അവൾ വിങ്ങിപ്പൊട്ടി. അവൾ പറഞ്ഞു:

''മുനിയമ്മാവാ, ഞാനല്ല കുട്ടത്തിക്കോഴിയാണ് അങ്ങയുടെ തലയിൽ വന്നു വീണത് – ഞാൻ പാവമാണ്. എന്നോടു പൊറുക്കണം...''

''ഹ്ഞേ...! അങ്ങനെയോ? എങ്കിൽ നീ പേടിക്കേണ്ട; ഇനിമേൽ നിന്റെ കുഞ്ഞുങ്ങളെ കോഴികൾ വിരിയിക്കുകയും കോഴികൾ തന്നെ പോറ്റി വളർത്തുകയും ചെയ്യും!'' മുനിയമ്മാവൻ ശാപവാക്കുകൾ തിരുത്തി.

അന്നുമുതൽക്കാണത്രെ താറാവിന്റെ മുട്ടയ്ക്കുമേൽ കോഴികൾ അടയിരിക്കാനും താറാക്കുഞ്ഞുങ്ങളെ വിരിയിക്കാനും തുടങ്ങിയത്.

■

തിന്നാക്കുട്ടിയുടെ സ്വപ്നം

ഒരിടത്തൊരിടത്ത് ഒരു തിന്നാക്കുട്ടിയുണ്ടായിരുന്നു. നേരെ ചൊവ്വേ ഒന്നും തിന്നുന്ന സ്വഭാവം അവൾക്കുണ്ടായിരുന്നില്ല. അമ്മ അവൾക്ക് മുട്ടയും ഇറച്ചിയുമൊക്കെ തിന്നാൽ കൊടുക്കും. അതവൾ പട്ടിക്കുട്ടിയെ തീറ്റിക്കും. മീനോ ചെമ്മീനോ പൊരിച്ചു കൊടുത്താൽ കുറിഞ്ഞിപ്പൂച്ചയെ തീറ്റിക്കും. പാലോ പാൽക്കട്ടിയോ കൊടുത്താൽ അതു മുഴുവനും താറാക്കുട്ടിയെ കുടിപ്പിക്കും. അവൾ മാത്രം ഒന്നും കഴിക്കില്ല. അതുകൊണ്ടാണ് എല്ലാവരും അവളെ 'തിന്നാക്കുട്ടി'യെന്ന് വിളിച്ചു വന്നത്.

തിന്നാക്കുട്ടിയുടെ വീട്ടിലെ പട്ടിക്കുട്ടി തടിച്ചുരുണ്ട് നല്ല തക്കിടമുണ്ടനായി. കുറിഞ്ഞിപ്പൂച്ച വളർന്ന് പുലിയെപ്പോലായി. താറാക്കുട്ടിയാകട്ടെ അവളെക്കാൾ നാലിരട്ടി വലുതായി. തിന്നാക്കുട്ടി മാത്രം മെലിഞ്ഞു മെലിഞ്ഞു മെഴുകുതിരി പോലെയായി.

അച്ഛനുമമ്മയും വല്ലതും തിന്നാൻ പറഞ്ഞ് നിർബന്ധിച്ചാൽ തിന്നാക്കുട്ടി അവരെ കോക്കിരി കാണിക്കും. തീറ്റക്കാര്യം പറയുന്നവരോട് അവൾക്ക് അത്രമാത്രം ദേഷ്യമായിരുന്നു.

ഒരു ദിവസം രാത്രിയിൽ തിന്നാക്കുട്ടി ഒന്നും തിന്നാതെ ഉറങ്ങാൻ കിടന്നു. കൂർക്കം വലിച്ചുള്ള നല്ല ഉറക്കം. ഉറക്കത്തിൽ അവൾ ഉഗ്രനൊരു സ്വപ്നം കണ്ടു. എന്തായിരുന്നെന്നോ സ്വപ്നം? എവിടെനിന്നോ കുറെ കുമിളകൾ പറന്നു വന്ന് തിന്നാക്കുട്ടിയെ പൊക്കിയെടുത്ത് ആകാശത്തേക്ക് കൊണ്ടുപോയി. അങ്ങനെ പോകുമ്പോൾ പെട്ടെന്ന് കുമിളകൾ പൊട്ടിത്തകർന്നു ഹമ്മേ...! അവൾ തലയും കുത്തി താഴോട്ട്!

ഭാഗ്യം അവൾ താഴെ വീണില്ല. അതുവഴി പറന്നു വന്ന ഒരു മഞ്ഞവാലൻ കുഞ്ഞിത്തുമ്പി അവളെ രക്ഷിച്ചു. കുഞ്ഞിത്തുമ്പി ഉടനെ

10312149

അവളെ തന്റെ പുറത്തിരുത്തി എങ്ങോട്ടോ കൊണ്ടുപോയി. ആ മലയും ഈ മലയും പൂമലയും ചുറ്റി മഞ്ഞവാലൻ കുഞ്ഞിത്തുമ്പി തിന്നാക്കുട്ടിയെ പ്രാണിക്കരയിലേക്ക് കൊണ്ടുപോയി. പ്രാണികൾ മാത്രം താമസിക്കുന്ന ഒരു കരയായിരുന്നു അത്. അവിടത്തെ പ്രാണികളെല്ലാം ചേർന്ന് തിന്നാക്കുട്ടിയെ തങ്ങളുടെ വീട്ടിലേക്ക് എതിരേറ്റു.

അവിടെ ഒരു കെങ്കേമൻ സദ്യയാണ് തിന്നാക്കുട്ടിക്കു വേണ്ടി ഒരുക്കി വച്ചിരുന്നത്. പൂന്തേനും പൂമ്പൊടിയും പലതരം പഴങ്ങളും പയർമണികളും പച്ചിലകളുമെല്ലാം രസകരമായി വിളമ്പി വെച്ചിരുന്നു. പക്ഷേ, തിന്നാക്കുട്ടി അതൊന്നും തൊട്ടുനോക്കിയതു പോലുമില്ല.

തീറ്റയും കുടിയും കഴിഞ്ഞപ്പോൾ പ്രാണിക്കരയിലെ കാര്യസ്ഥയായ ചെല്ലപ്പൂമ്പാറ്റ പറഞ്ഞു:

''തിന്നാക്കുട്ടീ കൺമണിയാളെ
നല്ലൊരു നൃത്തം ചെയ്താട്ടെ!
തേനീച്ചകളുടെ റാണിയൊടൊപ്പം
ചേലിൽ നൃത്തം ചെയ്താട്ടെ!''

മേയ്ക്കപ്പുകാരിയായ ഒരു വണ്ടമ്മായി വന്ന് അവളെ മേയ്ക്കപ്പ് ചെയ്തു സുന്ദരിയാക്കി. തിന്നാക്കുട്ടിയും തേനീച്ചറാണിയും കൈകൾ കോർത്തു നൃത്തം തുടങ്ങി:

''തിന്തിമി തിന്തിമി തെയ്യന്താരാ
തിന്തിമി തിന്തിമി തെയ്താരാ
തിത്തക തിത്തക തെയ്താരാ
തിത്തോം തരികിട! തെയ്താരാ!''

എന്നാൽ തിന്നാക്കുട്ടിക്ക് തേനീച്ചറാണിയെപ്പോലെ കൈകാലുകൾ ചലിപ്പിച്ച് നൃത്തം ചെയ്യാൻ കഴിഞ്ഞില്ല. അൽപ്പസമയത്തിനുള്ളിൽ തലകറങ്ങി ഒരൊറ്റ വീഴ്ച!

പ്രാണികളെല്ലാം ചേർന്ന് അവളെ പൊക്കിയെടുത്ത് നല്ല പൂമെത്തയിൽ കിടത്തി. ചുറ്റുപാടുമുള്ള ജന്തുക്കൾ അവളെ കളിയാക്കാൻ തുടങ്ങി.

പുല്ലിൻ കൂമ്പാരത്തിൽ പാർക്കുന്ന പാച്ചൻ തവള പൊന്നൻ ചീവിടിനോടു പറഞ്ഞു:

''മെലിഞ്ഞുണങ്ങിയ തിന്നാക്കുട്ടി-
യ്ക്കാടിപ്പാടാനറിയില്ല!
മടിച്ചിയാണിവൾ കൂനിക്കൂടി-
കിടന്നുറങ്ങണ കണ്ടില്ലേ?''

ഇതു കേട്ടപ്പോൾ തിന്നാക്കുട്ടിക്ക് വാശിയായി. അവൾ പറഞ്ഞു:

''ഓട്ടപ്പന്തയമൊന്നു നടത്താം
തവളച്ചേട്ടാ നമ്മൾക്ക്
തോൽപ്പിക്കും ഞാൻ ചേട്ടാ നിന്നുടെ
വമ്പു കുറയ്ക്കും സൂക്ഷിച്ചോ!''

ഇതു കേട്ട് തവളച്ചേട്ടൻ അവളെ പുച്ഛിച്ചു:

''ആമച്ചാരെയുമൊച്ചമ്മാനേം
തോൽപ്പിച്ചിട്ടു വരാമെങ്കിൽ
നമുക്കൊരോട്ടപ്പന്തയമാകാം
അല്ലെന്നാകിൽ പൊയ്ക്കോള്ളൂ.''

ഇതുകേട്ട് തിന്നാക്കുട്ടിക്ക് വലിയ വാശിയായി. അവൾ ഒച്ചമ്മാനെയും കൊച്ചപ്പനാമയേയും ഒപ്പം നിറുത്തി ഓടാൻ തുടങ്ങി. പക്ഷേ, എന്തുചെയ്യാം, അവരോടൊപ്പം എത്താനുള്ള ശേഷി അവൾക്കുണ്ടായിരുന്നില്ല.

ഒച്ചമ്മാവനും കൊച്ചപ്പാനാമയും വളരെ ദൂരം മുന്നോട്ടു പോയി. ഒച്ചിന്റേയും ആമയുടേയും വേഗത പോലുമില്ലാത്ത തിന്നാക്കുട്ടിയെ മറ്റു ജന്തുക്കൾ കൂക്കിവിളിച്ചു.

കുറച്ചുദൂരം ഓടിയപ്പോൾ കാലുവേദന മൂലം അവൾ വഴിയിൽ തളർന്നിരുന്ന് 'ങീ ങീ' എന്നു കരയാൻ തുടങ്ങി.

അതിനിടയിൽ തേങ്കുറിഞ്ഞി മലയിലെ തേനീച്ച സുന്ദരിമാർ അതുവഴി പറന്നു വന്നു. അവർ തിന്നാക്കുട്ടിയെ പൊക്കിയെടുത്ത് അല്ലിപ്പൂങ്കാവിലേക്ക് കൊണ്ടുപോയി. എന്നിട്ട് അവളെ ഒരു പൂവിലിരുത്തി. പാവം തിന്നാക്കുട്ടി കാല് തെറ്റി ചിങ്കൻ ചിലന്തിയുടെ വലയിൽ വീണു! ആർത്തിപൂണ്ട ചിങ്കൻ ചിലന്തി പാഞ്ഞുവന്നു.

ഭാഗ്യം, അപ്പോഴേക്കും തേനീച്ചസുന്ദരിമാർ വന്ന് അവളെ പൊക്കിയെടുത്ത് കൊണ്ടുപോയി പൂക്കൾക്കുമീതെ ഇരുത്തി.

ഇതിനിടയിലാണ് തെക്കൻ കാറ്റ് മൂളിക്കിതച്ച് അതുവഴി പാഞ്ഞുവന്നത്. തിന്നാക്കുട്ടി കാറ്റിൽ പെട്ടു പറന്നു.

അവൾ പേടിച്ചു കരയാൻ തുടങ്ങി. ഇതെല്ലാം ശരിക്കും സ്വപ്ന മല്ലേ? തിന്നാക്കുട്ടിയുടെ നിറുത്താതെയുള്ള കരച്ചിൽ കേട്ട് തൊട്ടരി കിൽ കിടന്നിരുന്ന അച്ഛനുമമ്മയും അവളെ വിളിച്ചുണർത്തി. അവൾ ഞെട്ടിയുണർന്നു.

ഒന്നും തിന്നാതെയും കുടിക്കാതെയും കഴിഞ്ഞാലുള്ള അനുഭവ മാണ് താൻ സ്വപ്നത്തിൽ കണ്ടതെന്ന് തിന്നാക്കുട്ടിക്ക് മനസ്സിലായി.

അന്നു മുതൽ അച്ഛനമ്മമാർ വിളമ്പിക്കൊടുക്കുന്ന തീറ്റയെല്ലാം അവൾ കൃത്യമായി തിന്നാൻ തുടങ്ങി. വയറുനിറഞ്ഞു കഴിഞ്ഞാൽ അവൾ പറയും:

''എനിക്കു തന്നോരു ചോറും കറിയും
മുഴുവൻ തിന്നതു കണ്ടില്ലേ?
പൊരിച്ചമീനും മട്ടൻ റോസ്റ്റും
കൊതിയോടു തിന്നതു കണ്ടില്ലേ.''

അച്ഛനും അമ്മയ്ക്കും സന്തോഷമായി. കുറച്ചു ദിവസം കൊണ്ട് അവൾ മിടുമിക്കിയായി. അവൾക്ക് ആരോഗ്യവും അഴകും ഉണ്ടായി. പിന്നെ അവളെ ആരും തിന്നാക്കുട്ടിയെന്നു വിളിച്ചിട്ടില്ല.

■

തിത്തെയ്യൻ തത്തയും കുമ്മാട്ടിക്കുരങ്ങനും

പണ്ടുപണ്ട് തത്തമംഗലത്ത് ഒരു തിത്തെയ്യൻ തത്തയും കുമ്മാട്ടിക്കുരങ്ങനും പാർത്തിരുന്നു. രണ്ടുപേരും വലിയ ചങ്ങാതിമാരായിരുന്നു.

തിത്തെയ്യൻതത്ത തത്തമംഗലത്തെ പേരുകേട്ട പാട്ടുകാരാനായിരുന്നു. തത്തയുടെ പാട്ടുകേട്ടാൽ കുമ്മാട്ടിക്കുരങ്ങൻ ചുവടുവച്ച് രസകരമായി നൃത്തം ചെയ്യും. അതുകാണാൻ കാട്ടിലുള്ള പക്ഷികളും മൃഗങ്ങളും തിങ്ങിക്കൂടും.

ഒരിക്കൽ അതുവഴിവന്ന വേട്ടക്കാരൻ കുട്ടായി ഈ രംഗം കാണാനിടയായി. തത്തയുടെ പാട്ടും കുരങ്ങന്റെ നൃത്തവും കണ്ട് അവൻ വല്ലാതെ മതിമറന്നു. എങ്ങനെയെങ്കിലും ഈ ചങ്ങാതിമാരെ വലയിൽ കുടുക്കണമെന്ന് കുട്ടായി വിചാരിച്ചു.

ഒരു ദിവസം മുണ്ടകപ്പാടത്ത് നെന്മണി കൊത്താൻ പോയപ്പോൾ വേട്ടക്കാരൻ കുട്ടായി തിത്തെയ്യൻ തത്തയെ വലയെറിഞ്ഞു പിടിച്ചു. അവൻ തത്തയെ കുറിഞ്ചിമലയിലുള്ള തന്റെ കുടിലിലേക്കു കൊണ്ടുപോയി. അവൻ അതിനെ കാട്ടുചൂരൽ കൊണ്ടുണ്ടാക്കിയ ഒരു കൂട്ടിനകത്ത് അടച്ചുപൂട്ടി.

ഈ വിവരമറിഞ്ഞ് കുമ്മാട്ടിക്കുരങ്ങൻ വല്ലാതെ സങ്കടപ്പെട്ടു. തന്റെ പൊന്നു ചങ്ങാതിയെ രക്ഷിക്കാനായി അവൻ പാത്തും പതുങ്ങിയും കുറിഞ്ചിമലക്കാട്ടിലെത്തി.

ഒരു രാത്രിയിൽ കുമ്മാട്ടിക്കുരങ്ങൻ വേട്ടക്കാരൻ കുട്ടായിയുടെ കുടിലിലെത്തി. കൂട് കടിച്ചു പൊളിച്ച് അന്നുതന്നെ അവൻ തത്തയെ രക്ഷപ്പെടുത്തി.

ഒച്ചകേട്ട് വേട്ടക്കാരൻ കുട്ടായി ഉണർന്നെങ്കിലും ചങ്ങാതിമാരെ പിടികൂടാൻ കഴിഞ്ഞില്ല. പക്ഷേ എന്തുകാര്യം? പോകും വഴിക്ക്

കുമ്മാട്ടിക്കുരങ്ങൻ ചെന്നു ചാടിയത് തിത്തെയ്യൻ തത്ത ചാടിയതിനേക്കാളും വലിയ ആപത്തിലാണ്. കാട്ടിലെ രാജാവായ അക്രമൻ സിംഹത്തിന്റെ കയ്യിൽ അവൻ കുടുങ്ങി.

ഇതുകണ്ട് തത്തയുടെ നെഞ്ചുനീറി. തന്റെ ജീവൻ രക്ഷിച്ച കുമ്മാട്ടിക്കുരങ്ങനുവേണ്ടി എന്തു ത്യാഗം സഹിക്കാനും അവൻ ഒരുക്കമായിരുന്നു. അതിനുള്ള തക്കവും തരവും പാർത്ത് അവൻ അവിടെയെങ്ങും പറന്നുനടന്നു.

ഒരു ദിവസം പുലർച്ചയ്ക്ക് അക്രമൻ സിംഹം കുമ്മാട്ടിക്കുരങ്ങനെ അടിച്ചും തൊഴിച്ചും നൃത്തം ചെയ്യിക്കാൻ ശ്രമിക്കുന്നത് തിത്തെയ്യൻ തത്ത കണ്ടു. അക്രമന്റെ കൊട്ടാരമുറ്റത്തുള്ള മാഞ്ചുവട്ടിലായിരുന്നു ഇതെല്ലാം അരങ്ങേറിയത്. അടിയേറ്റ് പാവം കുരങ്ങന്റെ തലപൊട്ടി രക്തം ഒഴുകുന്നുണ്ടായിരുന്നു.

ഈ ക്രൂരകൃത്യങ്ങളെല്ലാം കണ്ടും കേട്ടും സങ്കടപ്പെട്ടും തിത്തെയ്യൻ തത്ത ആ മാവിന്റെ മുകളിൽ ഇരിക്കുന്നുണ്ടായിരുന്നു. തന്റെ ചങ്ങാതിയെ രക്ഷിക്കാൻ ഒരറ്റകൈ പ്രയോഗിക്കാൻ തന്നെ അവൻ തീരുമാനിച്ചു. ഒട്ടും വിചാരിച്ചിരിക്കാത്ത സമയത്ത് ഇടിമുഴങ്ങുന്ന സ്വരത്തിൽ അവൻ ഉറക്കെ പാടാൻ തുടങ്ങി:

‘‘ആകാശം വീഴുന്നേ ആകാശം വീഴുന്നേ, ഓടി ഒളിച്ചോളൂ സിംഹരാജാ.’’ ഇങ്ങനെ ആവർത്തിച്ചു പാടിക്കൊണ്ട് തിത്തെയ്യൻ തത്ത ‘പൊത്തോന്ന്’ സിംഹത്തിന്റെ മുകളിലേക്കൊരു വീഴ്ച.

ആകാശം മുതുകിൽ വീണെന്നുകരുതി സിംഹത്തപ്പൻ പേടിച്ച് വാലും ചുരുട്ടി ഓടെടാ ഓട്ടം. ഈ തക്കത്തിന് തത്ത കൂട്ടുകാരനോടു പറഞ്ഞു:

‘‘ശങ്കിച്ചു നിൽക്കാതെ പോന്നോളൂ പോന്നോളൂ. നമ്മൾക്കു വേഗത്തിൽ നാട്ടിലെത്താം.’’

ഇതുകേൾക്കേണ്ട താമസം കുമ്മാട്ടിക്കുരങ്ങൻ അവിടെ നിന്നും രക്ഷപ്പെട്ട് തിമ്മയ്യൻ തത്തയോടൊപ്പം തത്തമംഗലത്തേക്ക് പറപറന്നു. ■

ആകാശം പൊട്ടിവീണേ!
ഓടിക്കോ, ഓടിക്കോ

'കീയംകീയം' എന്നൊരു നാട്. അവിടെ കീയ്യൻ എന്നൊരു കോഴിക്കുഞ്ഞും കീയ്യാമ്മ എന്നൊരു തള്ളക്കോഴിയും ഉണ്ടായിരുന്നു. വലിയൊരു നെല്ലിമരത്തിന്റെ ചോട്ടിലുള്ള കോഴിക്കുട്ടിലാണ് കീയ്യനും കീയ്യാമ്മയും പാർത്തിരുന്നത്. കീയ്യൻ മഹാ പേടിത്തൊണ്ടനായിരുന്നു. എവിടെയെങ്കിലും ഒരു ഇല അനങ്ങിയാൽ അവൻ പറയും: ''അമ്മേ, അതാ ഭൂതം വരുന്നു.''

ഒരു ദിവസം രാത്രിയിൽ കൂടിനരികിലേക്ക് ഒരു തീക്കനൽ പറന്നുവരുന്നത് കീയ്യൻ കണ്ടു. അവൻ കീയ്യാമ്മയോടു പറഞ്ഞു.

''അമ്മേ അമ്മേ, അതാ നമ്മുടെ കൂടിനരികിലേക്ക് ഒരു തീക്കനൽ പറന്നവരുന്നു.''

''അയ്യോ മോനേ. അതു തീക്കനലല്ല, മിന്നാമിന്നിയാണ്.''

മറ്റൊരിക്കൽ കീയ്യനെ നെല്ലിമരച്ചുവട്ടിൽ നിർത്തിയിട്ട് കീയ്യാമ്മ അകലെയെങ്ങോ തീറ്റ തേടാൻ പോയി. അങ്ങനെ നിൽക്കുമ്പോൾ അവൻ പെട്ടെന്ന് ആകാശത്തേക്ക് നോക്കി. ''ഹയ്യോ! എന്തൊരു വലിയ പന്തൽ! ഇതെങ്ങാൻ ഇടിഞ്ഞുവീണാൽ എന്റെ സ്ഥിതി എന്താകും?''

കീയ്യൻ ഇങ്ങനെ ചിന്തിച്ചുനിൽക്കുന്നതിനടിയിൽ 'ഠും' എന്നൊരു സ്വരം കേട്ടു! ആകാശം ഇടിഞ്ഞുവീണുവെന്നാണ് ആ മണ്ടൂസൻ വിചാരിച്ചത്. പിന്നെ കീയ്യൻ മേലുംകീഴും നോക്കിയില്ല. ഒരൊറ്റ ഓട്ടം!

''ആകാശം പൊട്ടിവീണേ...! ആകാശം പൊട്ടിവീണേ...! ഓടിക്കോ ഓടിക്കോ...'' ഓട്ടത്തിനിടയിൽ കീയ്യൻ ഉറക്കെ വിളിച്ചു പറഞ്ഞുകൊണ്ടിരുന്നു. ഇതുകേട്ട് പാടത്തു നീന്തിക്കളിച്ചിരുന്ന മിക്കിത്താറാവും കീയ്യന്റെ ഒപ്പം ഓടാൻ തുടങ്ങി. രണ്ടുപേരും പേടിച്ചോടുന്നത് വഴിവക്കിൽ തടിപിടിച്ചോണ്ടുനിന്ന നീലാണ്ടനാന കണ്ടു. അവൻ ചോദിച്ചു:

‘‘എന്താ ചങ്ങാതിമാരേ ഇങ്ങനെ പേടിച്ചോടുന്നത്?’’

‘‘ഹൊ! ഒന്നും പറയേണ്ട. ആകാശം പൊട്ടി വീഴുന്നു ഓടിക്കോ, ഓടിക്കോ...!’’

കീയ്യൻ കോഴിക്കുഞ്ഞും മിക്കിത്താറാവും ഒറ്റശ്വാസത്തിൽ പറഞ്ഞു. ഇതുകേട്ട് നീലാണ്ടനാനയും അവരോടൊപ്പം ഓടാൻ തുടങ്ങി. മൂന്നുപേരും ഓടിവരുന്നത് ചിങ്ങവനത്തെ കുറുക്കൻ മാസ്റ്റർ കണ്ടു അദ്ദേഹം ചോദിച്ചു:

‘‘ഹേയ് ചങ്ങാതിമാരേ, എന്താണിങ്ങനെ പരക്കം പായുന്നത്?‘‘

‘‘ആകാശം പൊട്ടിവീഴുന്നു. ആകാശം പൊട്ടിവീഴുന്നു.’’

എല്ലാവരും കിതച്ചുകൊണ്ട് അറിയിച്ചു.

‘‘എന്ത്! ആകാശം പൊട്ടിവീഴുകയോ? എവിടെയാണ് ആകാശം പൊട്ടിവീണത്? ആരാണ് കണ്ടത്?’’ കുറുക്കൻ മാസ്റ്റർ ചോദിച്ചു.

‘‘ഞാനാണു കണ്ടത്. എന്റെ കൂടെ വന്നാൽ കാണിച്ചുതരാം.’’ കീയ്യൻ കോഴിക്കുഞ്ഞ് പറഞ്ഞു. എല്ലാവരും കൂടി കീയ്യന്റെ പിന്നാലെ നടന്നു. നടന്നുനടന്ന് അവർ നെല്ലിമരച്ചോട്ടിലെത്തി. കീയ്യൻ പറഞ്ഞു:

‘‘ദാ കിടക്കുന്നു ആകാശം...!’’ എല്ലാവരും അങ്ങോട്ടു നോക്കി. അവിടെ വീണുക്കിടക്കുന്ന സാധനം കുറുക്കൻ മാസ്റ്റർ കയ്യിലെടുത്ത് ഉയർത്തിക്കാണിച്ചു:

‘‘വിഡ്ഢികളേ...! ഇത് നെല്ലിമരത്തിൽനിന്നു വീണ നെല്ലിക്കയാണ്. ആകാശമല്ല. ആകാശം അതാ അവിടെത്തന്നെയുണ്ട്.’’

എല്ലാവരും ആകാശത്തേക്കുനോക്കി ശരിയാണ്. ആകാശമതാ, അവിടെത്തന്നെയുണ്ട്. മണ്ടനായ കോഴിക്കുഞ്ഞിന്റെ പറച്ചിൽ കേട്ട പാതി; കേൾക്കാത്തപാതി പേടിച്ചോടിയതിൽ എല്ലാവർക്കും വലിയ നാണക്കേട് തോന്നി.

■

കുട്ടിത്താറാവും
കടൽ രാക്ഷസനും

ഒരിടത്ത് അതിമനോഹരമായ ഒരു ആമ്പൽക്കുളമുണ്ടായിരുന്നു. അതിന്റെ തൊട്ടടുത്തുള്ള കുറ്റിക്കാട്ടിൽ ഒരു അമ്മത്താറാവും കുട്ടിത്താറാവും പാർത്തിരുന്നു.

ആമ്പൽക്കുളത്തിലെ ചെറുമീനുകളെ പിടിച്ചു തിന്നും ഞണ്ടും ഞവണിയും കൊത്തിവിഴുങ്ങിയും അവർ അവിടെ സുഖമായി കഴിഞ്ഞുകൂടി. എങ്കിലും കുട്ടിത്താറാവിന് ആ കുളത്തോടു വലിയ പുച്ഛമായിരുന്നു.

ഒരുദിവസം കുട്ടിത്താറാവ് അമ്മത്താറാവിനോട് പറഞ്ഞു:

''ഈ കൊച്ചു കുളത്തിൽ ജീവിച്ചു മടുത്തു. ഞാനിനി പുഴയിലൂടെ കടലിലേക്കു പോവുകയാണ്.''

''അയ്യോ ഉണ്ണീ... കടലിൽ ജീവിക്കാൻ നമുക്കു പറ്റില്ല. അവിടെ നമുക്ക് ധാരാളം ശത്രുക്കളുണ്ട്.'' അമ്മത്താറാവ് മകനെ ഉപദേശിച്ചു.

''ഹൊ... എനിക്കവരെയൊന്നും പേടിയില്ല. എന്റെ കാര്യം നോക്കാൻ എനിക്കറിയാം. അമ്മ അമ്മയുടെ പാട്ടിനു പോ!'' അവൻ അമ്മയോട് തട്ടിക്കയറി.

പിറ്റേന്ന് കുട്ടിത്താറാവ് അമ്മത്താറാവിനോട് മിണ്ടാതെ വലിയ ഗമയിൽ പുഴയിലിറങ്ങി നീന്തി. അവൻ മുന്നോട്ട് മുന്നോട്ട് കുതിച്ചു. കുറച്ചുദൂരം ചെന്നപ്പോൾ ഒരു നീർക്കോലിയണ്ണൻ അവനെ കണ്ടു. നീർക്കോലിയണ്ണൻ പറഞ്ഞു: ''കുട്ടിത്താറാവേ, പൊട്ടൻ താറാവേ, വഴിമാറിപ്പൊയ്ക്കോ... അല്ലെങ്കിൽ നിന്നെ ഞാൻ വിഴുങ്ങും.''

ഇതുകേട്ടു പേടിച്ച് കുട്ടിത്താറാവ് ഒഴിഞ്ഞു മാറി മുന്നോട്ടു നീങ്ങി. അവൻ നീന്തി നീന്തി അഴിമുഖത്തിനടുത്തെത്തി. അപ്പോൾ ഒരു കടൽപ്പന്നി അവനെ കണ്ടു. കടൽപ്പന്നി പറഞ്ഞു:

‘‘കള്ളത്താറാവേ, വെള്ളത്താറാവേ, വേഗം അകന്നു പൊയ്ക്കോ... ഇതെന്റെ സ്ഥലമാണ്.’’

ഇതുകേട്ട് പേടിച്ച് കുട്ടിത്താറാവ് വഴിമാറിപ്പോയി.

അല്പം കൂടി നീങ്ങിയപ്പോൾ അതാ വരുന്നു ഒരു കൂറ്റൻ സ്രാവ്! സ്രാവ് പറഞ്ഞു:

‘‘മൊട്ടത്താറാവേ, പൊട്ടത്താറാവേ, എന്റെ അരികത്തു വന്നാൽ നിന്നെ ഞാൻ വിഴുങ്ങും വഴിമാറിപ്പൊയ്ക്കോ.’’

ഇതുകേട്ടു പേടിച്ച് കുട്ടിത്താറാവ് വഴിമാറിപ്പോയി. അവൻ തന്നെ ത്താൻ പറഞ്ഞു:

‘‘ഏതു കേമൻ തടഞ്ഞാലും ഞാൻ കടലിന്റെ നടുവിലേക്കു പോകും.’’ അവൻ തലനിവർത്തിപ്പിടിച്ച് മുന്നോട്ടു നീങ്ങി. അപ്പോഴാണ് കടലിൽ മീൻ പിടിക്കാൻ പോയ ഒരു ബോട്ടമ്മാവൻ ‘‘കുടു കുടു കുടു കുടു’’ എന്ന് ഉറക്കെ അലറിക്കൊണ്ട് അതുവഴി വന്നത്.

ബോട്ടമ്മാവന്റെ അലർച്ച കേട്ട് കുട്ടിത്താറാവ് വല്ലാതെ പതറി. തന്നെ വിഴുങ്ങാൻ വരുന്ന കടൽ രാക്ഷസനാണ് അതെന്ന് അവൻ വിചാരിച്ചു.

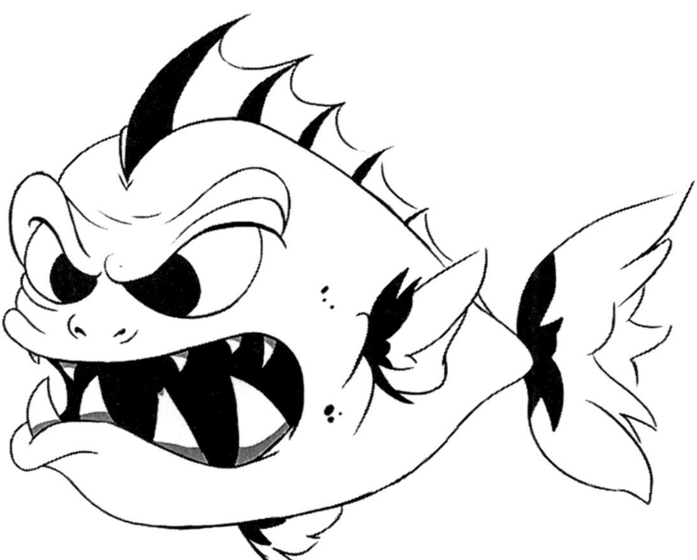

കടലിലേക്കു പോകുന്നത് ആപത്താണെന്ന് കുട്ടിത്താറാവിനു മനസ്സിലായി.

കടൽത്തിരയിൽപ്പെട്ട് അവൻ വല്ലാതെ ആടിയുലഞ്ഞു.

''അയ്യോ... ഈ പെരും കടലിലേക്കു ഞാനില്ല... അങ്ങോട്ടു പോയാൽ കടൽ രാക്ഷസൻ എന്നെ വിഴുങ്ങും. എനിക്കെന്റെ അമ്മ യുടെ ആമ്പൽക്കുളം തന്നെ മതി...''

കുട്ടിത്താറാവ് തിരിച്ചു നീന്തുവാൻ തുടങ്ങി. ഇതിനിടയിൽ ഒരു കടൽത്തിരണ്ടി പാഞ്ഞുവന്ന് അവന്റെ കണങ്കാൽ കടിച്ചു മുറിച്ചു. സന്ധ്യയായപ്പോഴേക്കും അവൻ വാടിത്തളർന്ന് അമ്മയുടെ അരി കിൽ തിരിച്ചെത്തി. പക്ഷേ അവന് നടക്കാൻ തീരെ വയ്യായിരുന്നു.

അമ്മത്താറാവ് മകനെ കാണാതെ കരഞ്ഞ് വിഷമിച്ചിരിക്കുകയാ യിരുന്നു. ഞൊണ്ടിഞൊണ്ടി വരുന്ന കുട്ടിത്താറാവിനെ കണ്ടതോടെ അമ്മ ഓടിച്ചെന്ന് അവനെ കെട്ടിപ്പുണർന്നു.

കുട്ടിത്താറാവ് കണ്ണീരോടെ അമ്മയോടു പറഞ്ഞു:

''അമ്മയുടെ വാക്കുകേൾക്കാതെ പോയതിനുള്ള ശിക്ഷ എനിക്കു കിട്ടി. ഇനി ഞാൻ അമ്മയെ വിട്ട് എങ്ങും പോകില്ല.''

■

മാന്ത്രികരസായനം

ചിങ്കൻ സിംഹത്തിനു തീരെ വയ്യ. പല്ലും നഖവുമൊക്കെ കൊഴിഞ്ഞു. കണ്ണിനാണെങ്കിൽ ഒട്ടും കാഴ്ചയുമില്ല. എന്തു പറയാൻ, പ്രായം പത്താറുപതായില്ലേ?

തീറ്റപോലും കിട്ടാതെ ചിങ്കൻസിംഹം വിഷമിച്ച് ചുരുണ്ടുകൂടി കിടക്കുമ്പോഴാണ് പാത്രക്കടവിലെ സൂത്രൻ കുറുക്കൻ അവിടെ എത്തിയത്. ''മഹാരാജൻ, അങ്ങ് വിഷമിക്കേണ്ട, ഞാൻ ഓരോ സൂത്രം പറഞ്ഞ് മൃഗങ്ങളെ ഇവിടേക്കു കൊണ്ടുവരാം. ഇവിടെ വരുമ്പോൾ അങ്ങ് ചാടിപിടിച്ചാൽ മതി.''

ചിങ്കൻസിംഹം കുറുക്കന്റെ ഡിമാൻഡ് അംഗീകരിച്ചു. പിറ്റേന്നു രാവിലെ അവൻ പലതരം മൃഗങ്ങളെ അവിടേക്കു കൂട്ടിക്കൊണ്ടുവരാൻ തുടങ്ങി. സൂത്രൻ കുറുക്കനാണ് സിംഹത്തിന്റെ ഏജന്റായി പ്രവർത്തിക്കുന്നതെന്ന് മറ്റു മൃഗങ്ങൾ ഇതിനകം മനസ്സിലാക്കിക്കഴിഞ്ഞിരുന്നു.

''ആ ദുഷ്ടനെ വേഗം തട്ടിയില്ലെങ്കിൽ, അവൻ നമ്മളെ ഒന്നൊന്നായി സിംഹത്തിന്റെ മടയിലെത്തിക്കും.'' പാച്ചൻ കഴുത അഭിപ്രായപ്പെട്ടു.

''എന്താണിതിനൊരു വഴി?'' ചെമ്പൻപന്നി ചോദിച്ചു.

''കാട്ടുകുളത്തിലെ ചൂട്ടൻ മുതല വിചാരിച്ചാൽ ആ വഞ്ചകനെ കുടുക്കിലാക്കാൻ കഴിയും.'' ചിഞ്ചുകുരങ്ങൻ അഭിപ്രായപ്പെട്ടു. പിറ്റേന്നു തന്നെ മൃഗങ്ങൾ ചുട്ടൻ മുതലയുടെ വീട്ടിലെത്തി. മുതല പറഞ്ഞു.

''നിങ്ങൾ ഒട്ടും വിഷമിക്കേണ്ട. അവന്റെ കഥ ഞാൻ തീർത്തോളാം.''

അടുത്തദിവസം രാവിലെ സൂത്രൻ കുറുക്കൻ അതുവഴി വരുമെന്നു ചൂട്ടൻ മുതലയ്ക്ക് അറിയാമായിരുന്നു.

''എന്തൊക്കെയുണ്ട് കൊട്ടാരത്തിലെ വിശേഷം? കാടുവാഴുന്ന പൊന്നുതിരുമേനി രോഗശയ്യയിലാണെന്നു കേട്ടല്ലോ.'' ചൂട്ടൻ മുതല തിരക്കി.

''അതെയതെ; തിരുമേനിക്ക് തീരെ സുഖമില്ല.'' സൂത്രൻ കുറുക്കൻ സങ്കടഭാവത്തിൽ പറഞ്ഞു.

''ഓഹോ, ഒട്ടും വിഷമിക്കേണ്ട. വയസ്സന്മാരെ ബാല്യക്കാരാക്കുന്ന ഒരു മാന്ത്രികരസായനമുണ്ടാക്കാൻ എനിക്കറിയാം. തിരുമേനിയെ നാളെത്തന്നെ ഇവിടേക്കു കൊണ്ടുവന്നോളൂ.'' ചൂട്ടൻ മുതല അറിയിച്ചു. സൂത്രൻ കുറുക്കൻ കൊട്ടാരത്തിലേക്ക് ഓടി.

''പൊന്നു തിരുമേനി, വയസ്സന്മാരെ ബാല്യക്കാരാക്കുന്ന ഒരു രസായനമുണ്ടാക്കൻ ചുട്ടൻ മുതലയ്ക്കറിയാം.'' സൂത്രൻ കുറുക്കൻ അറിയിച്ചു.

താമസിയാതെ ചിങ്കൻ സിംഹവും സൂത്രൻ കുറുക്കനും ചൂട്ടൻ മുതലയുടെ വീട്ടിലേക്കു പുറപ്പെട്ടു. അവിടെയെത്തിയപ്പോൾ മുതല സിംഹത്തോടു പറഞ്ഞു:

''പൊന്നു തിരുമേനീ, എന്റെ മാന്ത്രികരസായനം വളരെ രഹസ്യസ്വഭാവമുള്ളതാണ്. അതുകൊണ്ട് അങ്ങു മാത്രം ഇവിടെ നിന്നാൽ മതി.''

ചിങ്കൻ സിംഹം വേഗം സൂത്രൻ കുറുക്കനെ പുറത്തിറക്കി നിറുത്തി. എല്ലാം ഭദ്രമാണെന്നു കണ്ടപ്പോൾ മുതല പറഞ്ഞു: ''തിരുമേനീ, ഞണ്ടിറച്ചിയും കുറുക്കന്റെ ഇറച്ചിയും സമാസമം ചേർത്ത ഒരു രസായനമാണ് നമുക്കുണ്ടാക്കേണ്ടത്. ആ രസായനം മുപ്പതു ദിവസം ഉദയവും അസ്തമയവും നോക്കി കഴിക്കണം.''

''ഓഹോ, അങ്ങനെയെങ്കിൽ മരുന്നു വേഗം തയ്യാറാക്കാം.''

''തിടുക്കം കൂട്ടീട്ടു കാര്യമില്ല. ഞണ്ടിറച്ചി ഇവിടെയുണ്ട്. ഇനി കുറുക്കന്റെ ഇറച്ചികൂടി വേണം. അങ്ങ് ഈ കുറക്കനെ ഈ കുളത്തിലേക്കു തള്ളിയിട്ടോളൂ. ബാക്കി കാര്യം ഞാനേറ്റു.'' ചൂട്ടൻ മുതല അറിയിച്ചു. ഇതുകേട്ട ഉടനെ ചിങ്കൻസിംഹം സൂത്രനെ പിടിച്ചു വെള്ളത്തിലേക്കു തള്ളിമറിച്ചിട്ടു. ചൂട്ടൻ മുതല പാഞ്ഞുവന്ന് അവനെ വലിച്ചിഴച്ചു വെള്ളത്തിനടിയിലേക്കു കൊണ്ടുപോയി. പിന്നെ ഒരിക്കലും അവൻ പൊങ്ങിവന്നിട്ടില്ല.

■